உள்ஒதுக்கீடு
தொடரும் விவாதம்

உள்ஒதுக்கீடு
தொடரும் விவாதம்

ம. மதிவண்ணன்

கருப்புப்
பிரதிகள்

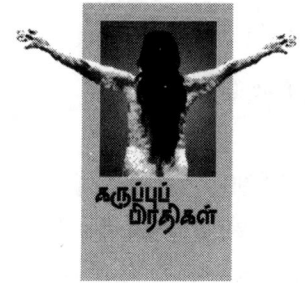

உள் ஒதுக்கீடு தொடரும் விவாதம் – கட்டுரைகள்
ம. மதிவண்ணன்

இரண்டாம் பதிப்பு: டிசம்பர் 2022
முதற்பதிப்பு: டிசம்பர் 2007
© ஆசிரியருக்கு

வெளியீடு:
கருப்புப் பிரதிகள்
பி 55, பப்பு மஸ்தான் தர்கா, லாயிட்ஸ் சாலை,
சென்னை – 600 005
பேச: 94442 72500
மின்னஞ்சல்: karuppupradhigal@gmail.com

உள் வடிவமைப்பு: ஜீவமணி
முகப்பு: விஜயன், கிரியேடிவ் ஸ்டுடியோ
அச்சாக்கம்: ஜோதி எண்டர்பிரைசஸ்

விலை: ரூ. 90/-

Ul Othukkeedu Thodarum Vivaadham - Essays
M. Mathivannan

Second Edition: December 2022
First Edition: December 2012

ISBN: 978-81-943310-9-4

By **Karuppu Pradhigal**
B55, Pappu Masthan Darga, Lloyds Road,
Chennai – 600 005.
E-mail: karuppupradhigal@gmail.com

Layout: Jeevamani

Cover: Vijayan, Creative Studio

Printed by: Jothy Enterprises, Chennai 600 005.

Price: 90/-

தோழமையின் பொருளாய்
நம்பிக்கையின் கையிருப்பாய்
பக்கமிருக்கும் தோழர்கள்
புனிதபாண்டியன், அரங்க குணசேகரன்,
பூ. சந்திரபோஸ், ஜவாஹிருல்லா
ஆகியோருக்கும்
பக்கபலமாய் இருக்கும்
சி.பி.எம். கட்சியினருக்கும்

ம. மதிவண்ணன்: திருச்செந்தூரில் பிறந்து, தற்சமயம் தன் காதல் இணையர் ஜெயந்தியுடன் ஈரோடு பெருந்துறையில் வசித்துவரும் கவிஞர். மதிவண்ணன், கலை இலக்கிய பெருமன்றத்தின் வழியே இலக்கியத்திற்குள் அறிமுகம் செய்து கொண்டவர். தொண்ணூறுகளில் அண்ணல் அம்பேத்கரின் நூற்றாண்டையொட்டி எழுந்த தலித் எழுச்சியில், இலக்கியத்திற்குள் யாரும் விழுங்கிச் செல்லமுடியாத சாதி ஆதிக்க எதிர்ப்புக் கவிதைகளை எழுதிவருபவர். தான் கற்றறிந்த அம்பேத்கர், பெரியார் சிந்தனைகளுக்குள்ளிருந்தும்; மார்க்சிய விழுமியங்களி லிருந்தும்; சாதி இந்துக்களாலும், தலித்துகளாலும் ஒடுக்குமுறைக்கு உள்ளாகும், அருந்ததியர்களின் சமூக, அரசியல், வரலாறு, இலக்கியம், பண்பாடுகள் குறித்த தனித்துவமிக்க கவன ஈர்ப்புகளை முன்வைத்து வருபவர். ஆண்டுவிட்டுப் போன வெள்ளையர்களிலிருந்து தற்போது ஆண்டுக் கொண்டிருக்கும் வெள்ளையர்கள் (பார்ப்பனர், வேளாளர்) வரை பொய்யுரைத்துப் போகும் வரலாற்றை, தான் ஆசிரியராய் பொறுப்பேற்று நடத்திவரும் 'வெள்ளைக் குதிரை' இதழ் வாயிலாக கடும் விமர்சனத்திற்குள்ளாக்கி வருபவர். அருந்ததியர் உள் ஒதுக்கீட்டிற்கான அனைத்து இயக்கங்களாலும் கோரிக்கை ஆவணமாய் முன்வைக்கப்பட்ட 'உள்ஒதுக்கீடு சில பார்வைகள்' (2009) என்கிற நூலினை எழுதியவர். பீகாரைச் சேர்ந்த திரு. அசோக் (யாதவ்) அவர்களால் பிற்படுத்தப்பட்டோர் இடஒதுக்கீட்டில் கிரிமிலேயரை ஆதரிக்கும் சி.பி.எம்–ன் நிலைப்பாட்டை மிகக்கடுமையாக விமர்சிக்கும் 'சாதி எதிர் வர்க்கம்' (2011) என்கிற நூலை மொழியாக்கம் செய்துள்ளார் என்பதும் குறிப்பிடத்தகுந்தது. 'நெரிந்து' (2000) 'நமக்கிடையிலான தொலைவு' (2005) என்கிற இரு கவிதை தொகுப்புகளையும் 'வெளிச்சங்களை புதைத்தக் குழிகள்' (2005) என்கிற விமர்சன கட்டுரைத் தொகுதியையும் எழுதி வெளியிட்டுள்ள மதிவண்ணனின் ஆறாவது நூல் இது. விரைவில் மறைந்த திரு. எல்.சி. குருசாமியின் சட்டமன்ற உரைகளின் மொழியாக்கப் பிரதியை 'வெள்ளைக் குதிரை' – கருப்புப் பிரதிகளின் இணைந்த வெளியீடாகவும், 'ஏதிலியைத் தொடரும் நிலா' என்கிற கவிதை தொகுதியையும், 'மெல்ல முகிழ்க்கும் உரையாடல்கள்' என்கிற கட்டுரைத் தொகுப்பையும் கருப்புப் பிரதிகள் விரைவில் வெளியிடவுள்ளது.

கருப்புக் குறிப்புகள்...

தமிழகத்தில் இரு டாக்டர்கள் சமூக நோயளிகளாய் மாறிக் கொண்டிருக்கும் காலகட்டமிது. பார்ப்பனரல்லாதார் இயக்கத்தின் விளைவாய், தன் கோவணத்தையும் மாடு மேய்க்கும் தார்க்குச்சியையும், தன்குலத் தொழிலையும் தூர எறிந்துவிட்டு இடஒதுக்கீட்டில் தன்னையும் தன் சூத்திரப் பிள்ளையையும் மருத்துவராக்கிக் கொண்டு, மத்திய அமைச்சராக்கி சுகபோகங்களை அனுபவித்துக் கொண்டு, இன்று தன் 'விநோத வளர்ப்புப் பிராணி' காடுவெட்டி குருவை ஏவி தர்மபுரி தலித்துகளை சூறையாடிவிட்டு, 'தலித் அல்லாதோர் இயக்கம்' தொடங்கி அரசியல் சமுதாய அநாதையாகிப் போகும் இளைய தலைமுறைகளின் எதிப்பு மனநோயாகிக் கொண்டிருக்கும் ராமதாஸ் என்றால் அவர் சாதி இந்து அப்படித்தான் செய்வார். ராமனை 'கவனித்த' பெரியாரின் வழியில் ராமதாஸையும் தமிழகம் கவனிக்கும். கவனித்துக் கொண்டிருக்கிறது.

ஆனால் டாக்டர் கிருஷ்ணசாமிக்கு என்ன கேடு வந்தது? ஒரு காலத்தில் தென் மாவட்ட தலித்துகளின், பெரியாரிய, இடதுசாரியர்களின் நம்பிக்கை நட்சத்திரமாக தன்னை உயர்த்திக் கொண்டு, இன்று தலித் என்கிற கூட்டு பண்பாட்டுச் சொல்லை உடைத்து நொறுக்கிவிட்டு, சமூக ஒடுக்குமுறைகளுக்கு உள்ளாகி வருபவர்களில் அதிமோசமான ஒடுக்கு முறைகளுக்குள்ளாகும் அருந்ததியர்களின் உள்ஒதுக்கீட்டுக்கு எதிராக, பார்ப்பனர்கள் இடஒதுக்கீட்டுக்கெதிராக வைத்துவந்த அனைத்துவித எதிர்வாதங்களையும் முன்வைத்துவருவது அநியாயமானது. இப்பதிப்புக் குறிப்பை எழுதிக்கொண்டிருக்கும் தருணத்தில் நாடாளுமன்றத்தில் பதவி உயர்வில் தலித்துகளுக்கு இடஒதுக்கீடு அளிக்கும் மசோதாவை தன் கட்சியின் தலித் எம்.பி. ஒருவரை ஏவிப் பறித்து கிழித்தெறிந்த முலாயம் சிங் என்ற சாதி வெறியரின் நடவடிக்கைக்கு ஒப்பானது கிருஷ்ணசாமி, தமிழரசரின் நடவடிக்கை என்பதை அழுத்தமாக பதிவு செய்ய விரும்பகிறோம். இத்தொகுப்பில் உள்ஒதுக்கீட்டு எதிர்ப்பு இரட்டையர்களாக வலம்வரும் கிருஷ்ணசாமி, செ.கு. தமிழரசன் ஆகியோரின் இந்த எதிர்ப்பு

அரசியலின் அத்தனை வாதங்களையும் தர்க்கப்பூர்வமாகவும், வரலாற்றுப்பூர்வமாகவும் உடைத்தெறிகிறார் கவிஞர் மதிவண்ணன். ஒரு தலித்தியக் கவிஞராக இரண்டாயிரம் ஆண்டில் எங்களுக்கு அறிமுகமானவர். விமர்சகராக, வரலாற்று ஆய்வாளராக, சமூக போராட்டங்களை முன்னெடுப்பவராக தன்னை மாற்றிக்கொள்ளும் நெருக்கடியை அவருக்கு சாதி இந்துக்கள் மட்டும் தரவில்லை. தலித்திய அறிஞர்களும் தலைவர்களும் சேர்ந்தே தரும் அவல நிலையும் நினைவுறுத்தி, அருந்ததியர்களுக்கான, சனநாயக சக்திகளுக்கான இந்த போராட்ட ஆவணத்தை வெளியிடும் வாய்ப்பை நல்கிய மதிவண்ணனுக்கும் கருப்புப் பிரதிகளின் உடல் உறுப்புகளாகத் திகழும், அமுதா, புனிதபாண்டியன், ஷோபாசக்தி, ஜீவமணி, விஜயன், குமரன்தாஸ், விஜய் ஆனந்த் (பெங்களூரு) பானு. தமயந்தி (நார்வே) மெலிஞ்சிமுத்தன் (கனடா) யாழன் ஆதி, உழைப்பில் உறுதுணையாற்றும் அறிவொளி, அய்யனார், செந்தில் உள்ளிட்ட நன்பர்களுக்கு நன்றியை மட்டும் சொல்வது நன்றன்று.

தோழமை சார்ந்த

நீலகண்டன்

உள்ளே

- முன்னுரை: இது சவடால் அடிக்கும் நேரமல்ல!............... 13
- புறக்கணிக்கப் பட்டவர்களின் நம்பிக்கையின் கால்களில் நடந்து வரும் அறிக்கை.................... 25
- தீர்ப்புகளின் சுருக்குகளோடு உள்ஒதுக்கீட்டை துரத்தி வரும் சாதியத்தின் வரலாறு................ 41
- உள்ஒதுக்கீட்டை விழுங்க ஊர்ந்து வரும் பார்ப்பனியப் பாம்புகள் 55
- கூட்டுக்களவாணிகள் தயாரிக்கும் குற்றப்பத்திரிக்கையும் அநாமத்தாய் போகும் அருந்ததியர் உயிரும் 68

இது சவடால் அடிக்கும் நேரமல்ல!

இந்த நூலுக்கான கட்டுரைகளைத் தட்டச்சு செய்து மிக நீண்ட காலமாகிறது. முன்னுரைக்காகக் காத்துக் காத்துச் சலித்த நண்பனும் பதிப்பாளனுமாகிய நீலகண்டன் சென்னை புத்தகச் சந்தையின் நாள் நெருங்கிவிட்ட நிலையில் ஒரு சின்னப் பதிப்பாளனுக்குரிய பதட்டத்தோடு விசாரிக்கும் தொலைபேசி அழைப்புகள் வசைகளாகப் பரிணமித்துக் கொண்டிருக்கும் நெருக்கடியில், எழுத்தின் முனைகளை முறித்துப் போடும் மன அவசத்தை ஒருவழியாக கிளப்பி விட்டுவிட்டு இம் முன்னுரையை எழுத உட்காருகிறேன்.

தமிழகம் மிகவும் கடுமையான நெருக்கடியில் தத்தளித்துக் கொண்டிருக்கும் தருணம் இது. பாபர் மசூதி இடிப்பு எப்படி சரி செய்ய முடியாத ஒரு குலைவைத் தன்னோடு கொண்டு வந்து இந்திய அரசியலைப் புரட்டிப் போட்டதோ அம்மாதிரி, அண்மையில் (நவம்பர் 7, 2012) நடந்த தர்மபுரி நாயக்கன் கொட்டாய் சாதிய வன்தாக்குதல் மற்றும் திரள் கொள்ளை நிகழ்வுகள் தமிழ்நாட்டு அரசியலுக்கும் சனநாயகத்திற்கும் மிகப் பூதாகரமானக் கேட்டை உருவாக்கி, நாமிருக்கும் வீடு தனக்குள் கிடுகிடுத்து எந்நேரமும் சரியக் காத்திருக்கிறது என்பதை நம் கண் முன்னே காட்டிக் கொண்டிருக்கிறது.

இதற்கு முந்தைய சாதியத் தாக்குதல்களுக்கும் இந் நிகழ்வுக்கும் மிகப்பெரிய வேறுபாடு இருக்கிறது. முந்தைய கலவரங்களில் ஏதோவொரு ஆதிக்க இடைச் சாதியின் உள்ளூர் தலைவர்கள் தாங்கள் நடத்திய கொடுங்கோன்மைத் தாக்குதலின் பின்னே தங்களைத் தற்காத்துக் கொள்ள வேண்டிய நிலையில் நெருக்கடிக்குள்ளாகி ஒடுங்கிப் போனதுதான் இதுவரையிலான

வரலாறு. இப்போது நடந்திருப்பது எல்லாவிதத்திலும் புதிது. கைதேர்ந்த எதிர்நாயகர்கள் படைகளைப் பெருக்கிக் கொண்டு முன்னணியிலிருந்து சவால் விடுக்கிறார்கள். எளிய தலித் சமூகம் ஆதரவுக்காக அலைபாய்ந்து கொண்டிருக்கிறது.

இது சவடால் அடிக்கும் நேரமல்ல என்பது மட்டும் புரிகிறது. சாதிகளைக் கடந்து ஒடுக்கப்பட்டவர்களாக இணைந்து நிற்க வேண்டிய நேரம் இது. சாதியைக் கடந்து நிற்கும் இந்த இணைப்பு தற்காலிகமானதாக சந்தர்ப்பவாதம் கொண்ட ஒன்றாக இருந்துவிடக் கூடாது என்கிற பதைபதைப்பும் ஏற்படுகிறது. கடந்தகால நடப்புகள் கசப்புச் சுவையைப் புகட்டிப் புகட்டித் தத்தளிக்க வைத்ததுதான், எவ்வளவு யோசித்தாலும் மீண்டும் மீண்டும் நினைவுக்கு வருகிறது.

இது ஒருபுறம் நடந்து கொண்டிருக்கும் போதே, அருந்ததியப் பையனை மணம் முடித்த தங்கள் பெண்ணைப் பறையர் சாதியைச் சேர்ந்த பெற்றோர் அடித்தே வன்கொலை செய்யும் பள்ளி நேலியனூர்கள் அதற்குப் பக்கத்திலேயே இருந்து கொண்டு அருவருப்பும் கசப்பும் கொள்ள வைக்கின்றன. எல்லா நிகழ்வுகளுக்கும் கைகள் வேறுவேறாய் இருந்தாலும் தலை ஒன்றாகவே இருக்கிறது.

இந்தியாவின் ஒவ்வொரு நொடியும், அந்நொடியில் நடக்கும் ஒவ்வொரு சிறு அசைவும் கீழ்சாதிகள் எனப்படுபவற்றுக்கு அவற்றுக்குரிய இடத்தை நிர்ணயித்து அதில் இருத்தி விடுவதற்கான ஆதிக்கச் சாதிகளின் எத்தனிப்பையும், அந்த குறிப்பிட்ட இடத்தை விட்டு ஒரு இம்மியளவு தங்களது நிலையை நகர்த்திவிட கீழ்சாதிகள் எனப்படுபவற்றின் முயற்சியையும் கொண்டிருக்கின்றனவே அன்றி வேறில்லை. தலித் சாதிகளுக்கு காலம் நகர்வதே இல்லை. அவற்றின் கோரிக்கைகள் காலங்காலமாய் மாறாத ஒன்றாகவே இருந்து வருகின்றது.

இச்சூழ்நிலையில் அருந்ததியர்களின் நிலைப்பாடு என்னவாக இருக்கும் என்பது மிக முக்கியமான கேள்வி. அருந்ததியர்கள் தங்கள் நலன்களை முன்னிறுத்தும் அரசியலை, கோரிக்கைகளை முன்வைக்காமல் இருப்பதுதான் தலித் ஒற்றுமையின் முன்

நிபந்தனையா என்னும் கேள்வியையும் எழுப்ப வேண்டிய நிலையில் அருந்ததியர்கள் இருக்கிறார்கள். தமிழ்நாட்டு தலித் சமூகம் ஒரு பெரும் நெருக்கடியில் இருக்கும் சூழ்நிலையில் அவர்களைப் பிளவுபடுத்திவிடக் கூடிய யத்தனங்களை எடுக்காமல் இருப்பது நல்லதுதான். ஆனால் இந்த நெருக்கடியை நமது சமூகங்களுக்குக் கொண்டு வந்து சேர்ப்பித்தவர்கள் அருந்ததியர்கள் அல்லர் என்பதை அனைவரும் ஒத்துக் கொள்வர். சாதியவாதிகளுடன் சேர்ந்து கொண்டு தேசியத்தின் பெயரால் கூத்தடித்தவர்கள் அருந்ததியர்கள் அல்லர். அதோடு, மேற்சொன்ன கூத்துக்கள் எல்வாம் தலித்துக்களின் நோக்கில் நடந்தவையும் அல்ல என்பதை அண்மைக்காலக் காட்சிகளின் வளர்ச்சி புலப்படுத்தி விட்டது.

அதோடு, ஏலவே சொன்னது மாதிரி இந்தியாவின் சமூக இயங்கியல் என்பது ஆதிக்கச் சாதிகள் தமது ஆதிக்கத்தை நீட்டிக்க அல்லது வளர்த்தெடுப்பதற்கான முயற்சியையும், ஒடுக்கப்பட்ட சாதிகள் தமது ஒடுக்குமுறையைச் சிறிது விடுவித்துக் கொள்வதற்கான முயற்சியையும் கொண்டதே ஆகும். இவ்விரண்டு முயற்சிகளும் ஒன்றையொன்று துரத்திக் கொண்டு வருகின்றன. காலப் பொறியமைவைப் பொறுத்து யார் முன்னே ஓடுவது? யார் துரத்தி வருவது? என்கிற வரிசைமுறை மாறிமாறி வந்து கொண்டிருக் கின்றது. இவற்றுள் முற்போக்குப் பாத்திரத்தை ஒடுக்கப்பட்ட சாதிகளே வகிக்கின்றன என்பது யாவரும் அறிந்த ஒன்று. அந்த முறைமையின் படியே ஒடுக்கப்பட்ட சாதிகளுள்ளும் ஒடுக்கப்பட்ட சாதிகளின் எளிய முயற்சிகள் அமைகின்றன.

இந்தியா முழுவதிலும் கீழ்மட்டத்தில் உள்ள தாழ்த்தப்பட்ட சாதிகளின் முதல் முயற்சியாக, ஆரம்ப முயற்சியாக அமைவது உள் ஒதுக்கீடு கோரிப் பெறுவது என்பதாகவே இருக்கிறது. இக் கோரிக்கை எழுந்த உடனே கீழ்மட்டத்தில் இருக்கும் தலித் சாதிகளுக்கு அதுகாறும் இலவசமாக அறிவுரை வழங்கி ஆட் கொள்ளும் பொறுப்பை அல்லது பாத்திரத்தை வகித்துக் கொண்டிருந்த முன்னேறிய தலித் சாதித் தலைவர்கள் *Multiple Personality Disorder* கொண்ட அந்நியன்களாக மாறி உறுமவும் மிரட்டவும் ஆரம்பித்து விடுகிறார்கள்.

தமிழ்நாட்டு தலித் தலைவர்களுள் இத்தகைய நிலைபாட்டை எடுப்பவர்களுள் முதன்மையான இடத்தை டாக்டர் கிருஷ்ண சாமியே அன்னப் போஸ்டாக எடுத்துக் கொள்கிறார். கடந்த டிசம்பர் 6, 2011 அன்று சென்னையில் அவரது கட்சியின் சார்பில் ஒரு உண்ணாவிரதப் போராட்டத்தை நடத்தினார். இவ்வாறான உண்ணாவிரதத்தை மாவட்டந்தோறும் நடத்தப் போவதாக அவரது கட்சியின் சார்பில் அறிவிப்பும் வெளியிடப்பட்டது. அண்மையில் 15.12.2012-ல் கடையநல்லூரில் நடந்த அவரது கட்சியின் 15வது ஆண்டு மாநாட்டில் இரண்டாவது தீர்மானமாக உள்ஒதுக்கீட்டை ரத்து செய்ய வேண்டும் எனத் தீர்மானம் நிறைவேற்றி இருப்பதோடு அதற்காக மூன்று கட்டப் போராட்டங்களை நடத்தப் போவதாகவும் அறிவிக்கப் பட்டிருக்கிறது.

முதலில் அவரது கட்சியைச் சேர்ந்தவர்களான ராஜசேகர், சுப்பையா என்பவர்களைக் கொண்டு உள்ஒதுக்கீட்டிற்கு எதிராகச் சென்னை உயர்நீதி மன்றத்தில் வழக்குத் தொடரச் செய்த அவர், அவ்வழக்கு உப்புச் சப்பில்லாமல் முடிந்ததன் பின் அண்மையில் ஜூலை 2012இல் சென்னை உயர்நீதி மன்றத்தில் தானே நேரடியாக மீண்டும் வழக்குத் தொடர்ந்திருக்கிறார். (வழக்கு எண் 22096-2012) "அருந்ததியர்களுக்கு உள்ஒதுக்கீடு வழங்கும் தமிழக அரசின் சட்டத்தைக் கேள்விக்குள்ளாக்குவது என்பது, அதைப் போன்ற பஞ்சாப் சட்டமன்றம் இயற்றிய சட்டத்தின் மீது உச்சநீதிமன்றம் தனது தீர்ப்பை வழங்கிய பின்னரே செய்ய முடியும். அத்தீர்ப்பு வரும் வரைப் பொறுத்திருப்பதுதான் நியாயமானதாகவும் பொருத்தமானதாகவும் இருக்கும்". என உயர்நீதி மன்ற நீதிபதிகள் திரு. பால் வசந்த குமார், திரு. ஆர். சுப்பையா ஆகியோர் சென்னை உயர்நீதி மன்றத்தின் மதுரை கிளையில் தீர்ப்பு அளித்திருக்கும் நிலையில் இந்த தலித் தலைவர் அத்தீர்ப்பை "மதிக்கும்" வகையில் சென்னை கிளையில் வழக்கு தொடர்ந்திருப்பதோடு, பஞ்சாப் அரசு உள்ஒதுக்கீட்டிற்கு ஆதரவாக உச்சநீதி மன்றத்தில் போட்டிருக்கும் வழக்கில் தன்னையும் ஒரு எதிர்மனுதாரராகச் சேர்த்துக் கொண்டிருக்கிறார்.

டாக்டர் கிருஷ்ணசாமியைப் பொறுத்தவரை தேவேந்திரகுல மக்கள் மத்தியில் அமைப்பு நடத்திக் கொண்டிருக்கிறவர்.

துவக்கத்தில் அவருக்குப் போட்டி இல்லாமல் இருந்தது. சமீப காலங்களில் ஜான் பாண்டியன், பசுபதி பாண்டியன், முருகவேல் ராஜன், சுப. அண்ணாமலை போன்ற தலைவர்கள் தேவேந்திர மக்களிடையே வலுவாக வேலை செய்து வருகின்றனர். இவர்களுள் ஜான் பாணடியன் தேவர் சாதியைச் சேர்ந்தவர்கள் கட்டவிழ்த்து விடும் சாதிய ஒடுக்குமுறைகளுக்கு எதிராக வலுவாகப் போராடினார்; போராடி வருகிறார். பசுபதி பாண்டியன் அண்மையில் படுகொலை செய்யப்பட்டு மரண மடையும் வரை தெற்குக் கோடியில் உள்ள நாடார்களின் ஆதிக்கத்திற்கு எதிரானதான செயல்பாட்டை வைத்திருந்தார். இவர்களுக்கு மத்தியில் இயங்க வேண்டுமானால் தன் பங்கிற்கு ஒரு எதிரியை கட்டமைக்க வேண்டுமென இந்த தலித் தலைவர் நினைத்தார். அவரது சக்திக்கு ஏற்ற விதத்தில் எதிரியை வரித்துக் கொள்வது உகந்தது என எண்ணிய அவர் கண்டடைந்த எதிரிகள்தாம் அருந்ததியர்கள் ஆவர்.

அவ்வெளிய மக்களுக்கு எதிராகக் களம் அமைத்து அவர் போராடிய நிகழ்வுகளின் தொகுப்புதான் நீங்கள் முந்தைய பத்திகளில் படித்தது. நாம் விரும்பினாலும் விரும்பாவிட்டாலும் அவர் அருந்ததியர்களை எதிரிகளாக நிறுத்திவிட்டார். எனவே அவரை எதிர்கொள்வதைத் தவிர வேறு வழியில்லை என்ற நிலையில் அவரது வாதங்களைப் பரிசீலிக்க வேண்டிய கட்டாயத்தில் நாம் இருக்கிறோம்.

கடந்த 20.10.2012 அன்று ‘புதிய தலைமுறை’ தொலைக் காட்சியில் ஒளிபரப்பான டாக்டர் கிருஷ்ணசாமியின் நேர் காணலில் அருந்ததியர் உள்ஒதுக்கீட்டிற்கு எதிராக அவர் முன்வைத்த காரணம் அருந்ததியர்களை விடவும் கூடுதலான சமூகக் கொடுமைகள் பள்ளர்களுக்கு இருக்கிறது என்பதுதான். அதையும்தான் சிறிது பார்த்து விடுவோமே!

கடந்த சில ஆண்டுகளுக்கு முன் (2005) ராமநாதபுரம் மாவட்டத்தில் சிக்கல் அருகில் உள்ள பேய்க்குளம் என்ற கிராமத்தில் சண்முகவள்ளி என்ற அருந்ததியச் சாதியைச் சேர்ந்த விதவைப் பெண்ணை அருகிலுள்ள வல்லக்குளம் என்னும் ஊரைச் சேர்ந்த பள்ளர் சாதியைச் சேர்ந்த மூன்று சண்டியர்கள் பாலியல் வல்லுறவு செய்ததன் பின்னர் ஒரு ஆதிக்க இடைச்சாதி

எப்படி தனது பெரும்பான்மை பலத்தைக் கொண்டு கட்டைப் பஞ்சாயத்து பேசி பைசல் பண்ணுமோ அதே இலக்கணப்படி, அச்சு பிசகாமல் நடந்து அந்த சண்டியர்கள் மைனர் குஞ்சுகளாய் ஊரில் வலம் வந்து கொண்டிருக்கின்றனர்.

அதே போல் கடந்த 2011ஆம் ஆண்டு தூத்துக்குடி மாவட்டம் கோவில்பட்டியில் மாரியம்மாள் என்பவரின் மகளான அன்னலட்சுமி என்கிற பத்து வயது சிறுமி, பள்ளர் சாதியைச் சேர்ந்த ஒருவரது புதுமனைப் புகுவிழாவில் நடந்த விருந்திற்கு எச்சில் இலை எடுக்கச் சென்றிருந்த தனது தாயுடன் போயிருந்தார். அங்கு வந்த பாண்டவர் மங்கலம் என்ற ஊரைச் சேர்ந்த அய்யாத்துரை என்னும் பள்ளர் அந்த அய்ந்தாம் வகுப்பு படிக்கும் சின்னஞ்சிறு பிஞ்சைப் பாலியல் வல்லுறவுக்கு உள்ளாக்கி, டாக்டர் கிருஷ்ணசாமியின் சாதி எவ்வளவு சமூகக் கொடுமைகளுக்கு உள்ளாகி இருக்கிறது என்பதை உலகுக்கு உணர்த்தினார் (வழக்கு எண் 981-2011). கோவில்பட்டி நகரிலுள்ள அவரது சாதியைச் சேர்ந்த வழக்கறிஞர்கள் ஒழுங்காகக் கற்பழிக்கக் கூட உரிமை இல்லாத தமது சாதிக்காரனின் அவல நிலைக்கு எதிராக வெகுண்டெழுந்து, அவருக்கு ஆதரவாகக் களமிறங்கினர். பிறப்புறுப்பு கிழிந்து ரத்தப்போக்கு ஏற்பட்டு சாவில் இருந்து தப்பிப் பிழைத்த அச்சிறுமியைப் பரிசோதித்து மருத்துவப் பரிசோதனை அறிக்கை வழங்கிய மருத்துவரையும் அவர்களுள் ஒருவர் மிரட்டி இருக்கிறார். இவர்கள் எல்லாரும் கூட்டமாகக் கூடி பார்த்திருக்கும் போது அவ்வழக்கறிஞர்களுள் ஒருவரது குமாஸ்தா, பாதிக்கப்பட்ட சிறுமிக்காக ஆஜராகிய வழக்கறிஞர் விஜயகுமாரை அச்சுறுத்தி இருக்கிறார். என்னே பரிதாபமான நிலை டாக்டர் கிருஷ்ணசாமியின் சாதியினருக்கு! பாவம்தான் இல்லையா!

அதே மாதிரி கடந்த 23.9.2012 அன்று விருதுநகர் மாவட்டம் ஸ்ரீவில்லிபுத்தூர் தாலுகாவிலுள்ள கூனம்பட்டி என்னும் கிராமத்தில் கிருஷ்ணம்மாள் என்கிற 40 வயதான அருந்ததியப் பெண் சுடுகாட்டில் எரிந்த நிலையில் பிணமாகக் கிடந்திருக்கிறார். பள்ளர்கள் பெரும்பான்மையாக வசிக்கிற அக்கிராமத்தில் அவ்விதவைப் பெண் தனது கணவர் வேலு

காலமானபின் தனது இரு மகள்களுடன் தனியாக வசித்து வந்தார். ஆவ்வூரில் அவர் வீடு மட்டுமே அருந்ததியர் வீடு. அவருக்கும் அருகில் உள்ள பள்ளர் ஒருவருக்கும் நிலத்தகராறு இருந்திருக்கிறது. இந்நிலையில் அவர் சுடுகாட்டில் பிணமாகக் கிடந்திருக்கிறார் (வழக்கு எண்: 189-2012). வயதுக்கு வந்த தனது இரு மகள்களையும் பள்ளர்கள் மத்தியில் நிராதரவாக வாழ விட்டுவிட்டு, அவர் சாக வேண்டும் எனச் சுடுகாட்டுக்குப் போய் தன்னைத் தானே எரித்துத் தற்கொலை செய்து கொண்டார் என அவ்வழக்கைப் பதிவு செய்த கிருஷ்ணன் கோவில் காவல் நிலையக் காவலர்களும் கிராம நிர்வாக அலுவலர் அருள்மொழிச் செல்வனும் கூறுகின்றனர். தமிழ்நாட்டுக் காவலர்களும் நிர்வாக அலுவலர்களும் எதுவும் சொல்வார்கள். கிருஷ்ணம்மாள் அவர் பச்சைக் குழந்தையாய் தனது தாயின் வயிற்றில் பிறக்கும் போதே அவரது உடம்பின் ஒரு மூலையில் தீ எரிந்து கொர்ண்டிருந்தது நாற்பது ஆண்டுகளாய் எவ்வளவு முயன்றும் அதை அணைக்க முடியவில்லை. சம்பவம் நடந்த அன்று, அவர் பிறந்தபோதே அன்னையின் கருப்பையிலிருந்து அவர் கொண்டு வந்த தீ முழுவதுமாகப் பற்றிய நிலையில், வேதனை தாளாமல் சுடுகாட்டுக்கு ஓடிப் போய், தனக்கான குழியைத் தோண்டுவதற்கு மண்வெட்டியும் கடப்பாரையும் இல்லாததால் குழிவெட்டும் முயற்சியைக் கைவிட்டுவிட்டு கரிக்கட்டையாக விழுந்து இறந்து விட்டார் என்றுதான் இதுவரை சொல்லவில்லை. என்ன செய்வது? கேட்க நாதி எங்கே இருக்கிறது இது போன்ற பொற்கால ஆட்சிகளில்?.

இந்த வழக்கில் மட்டுமல்ல முற்சொன்ன இரு வழக்கு களிலும் கூட முதல் தகவல் அறிக்கை பதிவு செய்யப்பட்டதைத் தாண்டி எந்த நடவடிக்கையும் எடுக்கப்படவில்லை. வன்கொடுமை புரிந்த கிருஷ்ணசாமியின் சாதியைச் சேர்ந்த கடுமையான சமூகக் கொடுமைகளுக்கு உள்ளான குற்றவாளிகள் சுதந்திரமாக வெளியில் சுற்றித் திரிந்து கொண்டு, அருந்ததியர் கள் மீது இன்னும் அதிகம் வன்கொடுமைகளைச் செய்வதற்கான துணிச்சலை தனது சாதியைச் சேர்ந்த மற்றவர்களுக்கு தந்து கொண்டிருக்கிறார்கள்.

அதேபோல தாழ்த்தப்பட்டவருக்கான இடஒதுக்கீட்டில் வேலை பெற்று பரமக்குடி அரசுப் பெண்கள் மேல்நிலைப் பள்ளியில் வாத்திச்சியாகயும் மீன்வளத்துறையில் அதிகாரியாகவும் வேலை பார்க்கும் பள்ளர் சாதியைச் சேர்ந்த பிரேமா தம்பதியர் வீட்டில் அற்ப ஊதியத்திற்கு வேலை பார்த்த ஏழை அருந்ததியப் பெண்ணான கருப்பி மீது திருட்டுப் புகார் கொடுத்துக் காவல் நிலையத்தில் வைத்து அடித்தே கொலை செய்த நிகழ்வு - அருந்ததியர் தெருவில் வீடு வாங்கி அவ்வீட்டை மோசமான செயல்களுக்குப் பயன்படுத்தியதைக் கண்டித்த அருந்ததிய மக்கள் மீது 29.11.2012இல் பள்ளர் சாதியைச் சேர்ந்த பாஸ்கரப் பாண்டியன் என்பவர் தலைமையில் வந்து வன்கொடுமைத் தாக்குதல் நடத்திய பரமக்குடி அருகில் உள்ள எஸ்.காவனூர் நிகழ்வு - பள்ளர் சாதியைச் சேர்ந்த பெண்ணை அருந்ததியப் பையன் காதல் திருமணம் செய்ததற்காக அருந்ததியச் சேரி மீதும் அருந்ததியர்கள் மீதும் கொலை வெறித்தாக்குதல் நடந்த பரமக்குடி அருகிலுள்ள புதுக்குடி நிகழ்வு - தங்கள் பகுதியை அசிங்கம் செய்ததைக் கேள்வி கேட்டதற்காக படுகொலைத் தாக்குதல் நிகழ்த்தப்பட்ட ராமநாதபுரம் அருகிலுள்ள கே.கே. நகர் மீனாட்சிபுரம் நிகழ்வு - என எண்ணற்ற வன்கொடுமைச் சம்பவங்கள் டாக்டர் கிருஷ்ணசாமியின் சாதியினரால் அருந்ததியர் மீது கட்டவிழ்த்து விடபட்டுக் கொண்டிருக்கின்றன.

‘இன்னும் இருபது முப்பது வருடங்களுக்குத் தேவேந்திர ருக்கும், ஆதிதிராவிடருக்கும் உயர்பணிகளில் வாய்ப்பே இல்லாமல் செய்து விடுமளவிற்கு பெருந்தீங்கு இழைக்கப் பட்டிருக்கிறது. தேவேந்திரரையும், ஆதிதிராவிடரையும் கையையும் காலையும் கட்டிப் போட்டுவிட்டு அருந்ததியரை மட்டும் விடுகிறார்கள்’. இந்நிலையை அல்லது அவரது மொழியில் சொன்னால் இக்கொடுமையை ஏன் எதிர்க்கவில்லை எனப் பின்வரும் காலங்களில் அவரைக் கேள்வி கேட்பார்கள் என்பதாலேயே உள்ஒதுக்கீட்டை எதிர்த்து கிருஷ்ணசாமி போராடுகிறாராம். மேற்கூறிய வன்கொடுமைகள் எல்லாம் அவரது சாதியினரால் நிகழ்த்தப்பட்டது குறித்துப் பின்வரும் காலங்களில் அவரை வாழ்த்திப் போற்றுவார்களா என்ன? உங்களது காலத்தில்தான் பள்ளர்கள் அருந்ததியர்கள் மீது

ஏராளமான சமூகக் கொடுமைகள் கட்டவிழ்த்து விட்டனர் - பாராட்டுக்கள்! பாராட்டுக்கள்!! என பல்லாண்டு பாடுவார்களா?

அப்படியெனில் மேற்கண்ட கொடுமைகளை எதிர்த்து கிருஷ்ணசாமி போராடிய நிகழ்வுகள் எப்போதாவது நடந்திருக் கின்றனவா? உள்ஒதுக்கீடு கொடுப்பதன் மூலம் ஒற்றுமையைக் குலைக்கிறார்கள் எனப் புகார் வாசிக்கிறாரே! மேற்சொன்ன வன்கொடுமைகள் ஒற்றுமைக்குப் பன்னீர் ஊற்றி வளர்க்குமா? குறைந்தபட்சம் அவற்றுக்கு வாயளவிலாவது அவர் கண்டனம் தெரிவித்திருக்கிறாரா?

"சாதி என்னும் பாம்பு சதி செய்யும் பாம்பு" என அய்யா வைகுண்டர் அகிலத்திரட்டிலே சொல்லியிருப்பதாகச் சொல்வார்கள். எந்த வண்ணத்திலே இருந்தாலும் பாம்பு பாம்புதான். நமக்குப் பிடித்த வண்ணத்தில் இருக்கும் பாம்பு என்பதால் அப்பாம்பிடம் கடி வாங்கிக் கொள்ள முடியுமா?

மேலே கூறிய வண்ணம், கிருஷ்ணம்மாளின் இரு பெண் குழந்தைகளிடமிருந்து அவரது தாயைப் பறித்து, நிலத்தையும் பறிக்கக் காத்திருக்கிறது டாக்டர் கிருஷ்ணசாமியின் சாதியினருடைய சாதியம். அன்னலட்சுமி, சண்முகவள்ளி, கருப்பி என அனைவருக்கும் அவர்களைச் சேர்ந்த குழந்தைகள், பெற்றோர், உடன்பிறப்புகள் என உறவுகள் இருக்கின்றன. வேண்டுமானால் இப்படிச் சொல்லலாம்; டாக்டர் கிருஷ்ண சாமியின் சாதிக்காரர்கள், அருந்ததியர்களின் சகோதரியை, தாயை, மகளைக் கொல்கிறார்கள் அல்லது சீரழித்துக் கற்பழித்து வெறியாட்டம் போடுகிறார்கள்; முடிந்தால் அவர்கள் வைத்திருக்கும் துண்டு துக்காணி நிலம் உள்ளிட்ட உடைமை களையும் பறித்தெடுக்கிறார்கள். டாக்டர் கிருஷ்ணசாமி படித்த பண்பாளர்; இந்தக் காரியங்களில் இறங்க மாட்டார். அருந்ததியரின் தாயை, மகளை, உடைமைகளைப் பறிக்கும் தனது சாதியினர் அருந்ததியர்களின் பங்கு கல்வி, வேலை வாய்ப்புகளையும் சேர்த்துப் பறித்தெடுத்துக், கொஞ்சம் வசதி வாய்ப்புகளுடன் மேற்சொன்ன காரியங்களில் ஈடுபடுவதற்குத் தோதாக தனக்கு இருக்கும் அதிகாரத்தை, ஆற்றலைப் பயன்படுத்துகிறார். என்ன வந்துவிட்டது? அருந்ததியர்கள்

தங்கள் தாயை, சகோதரியை, உடைமைகளை மட்டுமல்லாமல் இடஒதுக்கீட்டில் தங்கள் பங்கையும், கற்பழிப்பாளர்களின் உறவினர்களுக்குத் தந்துவிட்டு வாய் பார்த்துக் கொண்டிருக்க வேண்டும் அவ்வளவுதான்!

சுசீந்திரம் கோவிலில் நுழைய விடாமல் விரட்டியடிக்கப் பட்ட நாடார்களைத் திரட்டி, தனிவழி கண்ட அய்யா வைகுண்டரின் காலம் 19ஆம் நூற்றாண்டு ஆகும். 1895இல் நடந்த கழுகுமலைக் கலவரமும், 1899இல் நடந்த சிவகாசிக் கலவரமும் நாடார்களுக்கு ஆலய நுழைவு மறுக்கப்பட்ட அண்மைக்கால வரலாற்றைத் தெரிவிக்கின்றன. அருந்ததியர்கள் ஆலயத்துக்குள் சென்று, செருப்பைக் காணிக்கையாகச் செலுத்தி வழிபட்ட செய்தியை 1202ஆம் ஆண்டின் திருவண்ணாமலைக் கோவில் கல்வெட்டு ஒன்று தெரிவிக்கிறது (பார்க்க வெள்ளைக் குதிரை இதழ்-4). அத்தகைய அருந்ததியர்கள் இன்று மலமள்ளிகளாகத், துப்புரவுப் பணியாளர் களாகச் சீரழிந்து போயிருப்பதுதான் இன்றைய எதார்த்தம். இந்தச் சீரழிவுக்கு இன்றையச் சாதி இந்துக்களின் பாட்டன்கள் மட்டுமல்ல, கிருஷ்ணசாமி, செ.கு. தமிழரசன் ஆகியவர்களின் பாட்டன்களின் வஞ்சகத்திற்கும் பங்கு இருக்கிறது. இந்த உணர்வு இருந்தால், அருந்ததியர் களுக்குத் துணையாகக் களத்தில் இறங்க வேண்டும். திரும்பவும், திரும்பவும் அருந்ததியர்களின் அறியாமை மீது கொண்ட நம்பிக்கையில், டாக்டர் கிருஷ்ணசாமி போன்றவர்கள் தற்போது செய்து கொண்டிருப்பது போன்ற கீழறுப்பு வேலைகளைத் தொடர்ந்தும் செய்வது அயோக்கியத்தனம் என்றே சொல்லத் தகுந்தது.

இதற்கு மேலாவது அருந்ததியர்கள் விழித்துக் கொள்ள வேண்டும். அதிலும் குறிப்பாக மலமள்ளும், செருப்பு தைக்கும், கூலிகளாய்ப் பிழைப்பு நடத்தும் அருந்ததியர்களின் பின்னே மறைந்திருந்து, இடஒதுக்கீடு ஒன்றுக்காக மட்டும் சாதியைச் சொல்லி ஒட்டுண்ணிப் பிழைப்பு நடத்தும், மத்திய தர வர்க்கத்திற்கு நகர்ந்து விட்ட அருந்ததியர்கள். அருந்ததியர்கள் மீது நடக்கும் அத்தனை வன்கொடுமைகளுக்கும் கூட்டுப் பொறுப்பை ஏற்க வேண்டிய வர்களாக இந்த நத்திப் பிழைப்பு நடத்தும் நபர்களும் இருக்கிறார்கள் என்பது மிகவும் வருத்தம்

தருகிற செய்தி. புதிதாய் எழுகிற இளைஞர்களின் ஆவேசம் தமக்கு எதிராய்த் திரும்பும் முன் தங்களைத் திருத்திக் கொள்வது அவர்களது சாமர்த்தியம்.

இம் முன்னுரையை நிறைவு செய்யும் இத்தருணத்தில் இதன் முதலாம் பாகம் என்று சொல்லத் தக்கதும், அருந்ததியர் உள்ஒதுக்கீடு தொடர்பான ஒற்றை ஆவணம் என எல்லாராலும் மதிப்பிடப் படுவதுமான எனது 'உள்ஒதுக்கீடு சில பார்வைகள்' நூலுக்கு நடந்தவை நினைவுக்கு வருகின்றன. அந்நூல், பொது வாசகர்களால் பெருமளவுக்கு விரும்பி ஏற்கப்பட்டாலும், அருந்ததியர்கள் மட்டத்தில் அதற்கு நேர்ந்தது எனக்கு வருத்தத்தையே தந்தது. தமிழ்நாட்டில் இருக்கும் நூற்றுச் சொச்சம் அருந்ததியர் இயக்கங்களுள் எதுவும் அதைத் தனது அணிகளிடையே எடுத்துச் செல்ல விரும்பவில்லை. அந்நூல் வந்தபோது எழுத்தாளன் என்ற அளவில்தான் இருந்தேன். இப்போது போல் இயக்கக்காரனாகக் கூட இல்லை. ஆயினும் அருந்ததியர் இயக்கத் தலைவர்கள் அந்நூல் குறித்து காட்டிய அலட்சியமும், களவாணித்தனமும் வருத்தத்தைத் தந்தது. எல்லாவற்றுக்கும் சிகரம் வைத்தாற்போல், இளைஞர் வழிகாட்டும் பணி (ஒய்.ஜி.எஸ்) என்கிற அமைப்பு, உள்ஒதுக்கீடு வழங்கப்பட்ட பிறகு, உள்ஒதுக்கீட்டிற்காக அறிவார்த்தமான பணிகளைச் செய்தமைக்காக, டெல்லியில் ஒளிந்திருந்த ஒரு அய்.ஏ.எஸ் அதிகாரியை இறக்குமதி செய்து, அவருக்குப் பாராட்டு விழா நடத்தியது. வழிகாட்டும் பணிக்காரர்கள் வழிகாட்டும் லட்சணம் கண்டு புல்லரித்துப் போனேன். அருந்ததியர் உள்ளிட்ட அடித்தட்டு மக்களுக்காகத் தொடர்ந்து உழைக்கும் உத்வேகத்தை அருந்ததியர்களின் அவலநிலை மட்டுமல்லாது, இது போன்றவர் களின் முட்டாள்தனமும் அது கிளர்த்தும் தர்மாவேசமும் கூட எனக்கு அயர்ச்சி அளிக்கிறது. எனவே அவர்களுக்கும் நான் நன்றி சொல்ல வேண்டும்.

மற்றபடி, இத்தொகுப்பில் இடம் பெற்றுள்ள 'புறக்கணிக்கப் பட்டவர்களின் நம்பிக்கையின் கால்களில் நடந்து வரும் அறிக்கை' என்கிற கட்டுரையைத் 'தலித் முரசு' இதழில் பிரசுரித்ததோடு தனது தோழமையையும் எனது முயற்சிகளுக்குத் துணையையும் அளித்துக் கொண்டிருக்கிற நண்பர் புனித

பாண்டியன் அவர்களுக்கு எனது நன்றி. துரோகிப் பட்டத்தைத் தவறாமல் தந்துவிடுகிற சூழலுக்கு அஞ்சாமல் உள்ஒதுக்கீட்டிற்கு ஆதரவான போராட்டங்களில் தங்களது பங்கைக் குறைவுபடாமல் செய்து வருகிற தோழர்கள் புனிதபாண்டியன், அரங்க குணசேகரன், பூ. சந்திரபோஸ் ஆகியோருக்கும் உணர்வுள்ள அருந்ததியர்கள் இல்லாத அவையில் உரத்து ஆதரவுக் குரல் எழுப்பும் மனிதநேய மக்கள் கட்சியின் ஜவாஹிருல்லா, மார்க்சிய கம்யூனிஸ்டுக் கட்சியின் டில்லிபாபு போன்றோருக்கும் நன்றி.

அதே மாதிரி, 'உள்ஒதுக்கீட்டை விழுங்க ஊர்ந்து வரும் பார்ப்பனீயப் பாம்புகள்' கட்டுரையைச் சிறுநூலாக அச்சிட்டு வெளியிட்டதோடு, இத்தொகுப்பையும் அழகுறப் பதிப்பிக்கும் நண்பனும் தோழனுமாகிய நீலகண்டனுக்கும் நன்றி. மற்றும் உள்ஒதுக்கீட்டிற்கான சட்ட ரீதியான போராட்டங்களிலும், பிற செயல்பாடுகளிலும் அரணாக உடன் நிற்கும் தோழர் வழக்கறிஞர் சரவணனுக்கும் நன்றி. நிழலாக எனக்குப் பின்னால் இருந்து கொண்டு, நிஜமாக என்னை இயக்கிக் கொண்டிருக்கும் தோழியும் துணைவியுமான கு. ஜெயந்திக்கும் எனது அன்பு. தமது நம்பிக்கையான செயல்பாடுகளால், எனது நம்பிக்கையை எனக்கு முன்பாகச் சுமந்து சென்று திசையெங்கும் பரப்பிக் கொண்டிருக்கிற எமது தமிழ்நாடு சாக்கிய அருந்ததியர் சங்கத் தம்பிமாருக்கும், 'வெள்ளைக் குதிரை' இதழ் சார்ந்த நண்பர்களுக்கும் எனது நன்றியும் பாராட்டுக்களும்.

பெருந்துறை
22.12.2012

தோழமையுடன்
ம. மதிவண்ணன்

புறக்கணிக்கப்பட்டவர்களின் நம்பிக்கையின் கால்களில் நடந்து வரும் அறிக்கை

அருந்ததியர்களின் உள்ஒதுக்கீடு கோரிக்கையை எதிர்க்கும் ஒவ்வொருவரும் நியாயமான அக்கோரிக்கைக்கு எதிராக பூச்சாண்டியாய்த் தூக்கிக் காட்டிக் கொண்டிருப்பது ஆந்திராவில் நடைமுறையில் இருந்த வகைப்படுத்தி தனித்தனியே இட ஒதுக்கீடு வழங்கும் முறைக்கு எதிராக உச்சநீதிமன்றம் வழங்கிய தீர்ப்பைத்தான் என்பதை அனைவரும் அறிவோம். அத்தீரப்பை தொடர்ந்து ஏற்பட்ட முன்னேற்றங்களைக் கவனித்துக் கொண்டிருப்பவர்களுக்கு அக்கோரிக்கை குறித்து ஆராய மைய அரசு, டெல்லி உயர் நீதிமன்ற நீதிபதியாக இருந்து ஓய்வு பெற்ற உஷா மெஹ்ரா தலைமையில் ஒரு தேசிய ஆணையத்தை நியமித்ததும், அவ்வாணையம் அண்மையில் தனது அறிக்கையை வழங்கி இருப்பதுவும் தெரிந்திருக்கலாம். அவ்வறிக்கை உச்ச நீதிமன்றமும் மாலாக்களும் எழுப்பிய கேள்விகளுக்கும் மறுப்புகளுக்கும் என்னென்ன பதில்களை வழங்கி இருக்கிறது என்பதை ஆராயும் நோக்கில் இக்கட்டுரை எழுதப்படுகிறது.

அக்கோரிக்கை குறித்து ஆராய ஆணையம் பல்வேறு வழிமுறைகளை கையாண்டது. அவை

1. வகைப்படுத்தி ஒதுக்கீடு வழங்கும் நடைமுறை குறித்து ஆய்ந்தறிந்த தனி நபர்கள் இயக்கங்கள் தன்னார்வ நிறுவனங்கள் பல்கலைக்கழகங்கள் ஆகியோரிடமிருந்து கருத்துக்களை பெறுவது.

2. கள உண்மைகளை நேரில் அறிய களத்துக்கே நேரில் சென்று ஆய்வு மேற்கொள்வது.

3. ஹைதராபாத்திலுள்ள இந்திய பொருளாதார நிறுவனத்தின் (Indian Institute of Economics) மூலம் ஆய்வுத் திட்டத்தை மேற்கொள்வது.

4. ஆந்திர மாநில சட்டமன்ற, நாடாளுமன்ற மேலவை உறுப்பினர் களுடனும் பல்வேறு அமைப்புகளின் பிரதிநிதிகளுடனும் கலந்தாலோசனை செய்வது.

5. பட்டியல் சாதியினர் மற்றும் பட்டியல் பழங்குடியினருக்கான தேசிய ஆணையம் உள்ளிட்ட பல்வேறு நிறுவனங்களின் ஆய்வறிக்கைகளைப் பரிசீலனை செய்வது என்பவை ஆகும்.

மேற்கண்ட வழிமுறைகளைக் கையாண்டு ஆந்திர மாநிலத்தி லுள்ள பட்டியலினச் சாதிகள் குறித்தும் அவற்றின் நிலை குறித்தும் ஒரு சித்திரத்தை முன்வைக்கிறது அவ்வாணையத்தின் அறிக்கை. அதோடு மாதிகா, மாலா, ரெல்லி, முதலான அனைத்து சாதி குழுக்களின் கோரிக்கை விளக்க அறிக்கைகளையும் நம் பார்வைக்கு முன்வைக்கிறது. பிறகு வகைப்படுத்தி ஒதுக்கீடு வழங்கும் நடைமுறை குறித்த தனது பார்வையையும் பரிந்துரைகளையும் முன்வைக்கிறது.

1. வகைப்படுத்தி ஒதுக்கீடு வழங்கும் நடைமுறைக்கு எதிராய் முன் வைக்கப்பட்ட வாதங்களில் முக்கியமானது அட்டவணைச் சாதிகள் என்பவை ஒருமித்த குழுவாக (Homogenous group) அமைபவை. அவற்றை வகைப்படுத்தலின் மூலம் பிரிக்கக் கூடாது என்பதாகும்.

இவ்வாதத்திற்கு ஆணையம், பரம்பரைத் தொழில், சாதி ஆச்சார நடைமுறைகள், கிராமங்களின் பவுதீக ரீதியான அமைப்பு முறை முதலியவை அட்டவணைச் சாதிகள் என்பவை ஒருமித்த குழுவாக விளங்கவில்லை என்னும் உண்மையைச் சுட்டிக் காட்டுவனவாக உள்ளன என்கிறது. மாலாக்கள் விவசாயக் கூலி வேலையையும் மாதிகாக்கள் தோல் தொடர்பான வேலைகளையும் தம் குலத் தொழிலாகக் கொண்டவர்கள். இவற்றுள் மாலாக்களின் தொழில் மாதிகாக்களை விட ஒப்பீட்டளவில் தூய்மையானதாகவும் மாதிகாக்களின் தொழில் தீட்டானது என்றும் கருதப்படுகின்றன. மாலாக்களும், மாதிகாக்களும் ஒன்றாக உணவருந்துவதில்லை. ஒவ்வொரு சாதியும் தமக்குள் அகமண முறையைத்தான் மிகவும் கறாராகக்

கடைபிடித்து வருகின்றன. மாலாக்கள் சாதி இந்து குடியிருப்பை அடுத்து வசிக்கிறார்கள். இவர்களுக்கு அடுத்து மாதிகாக்கள் வசிக்கின்றனர். அவர்களுக்கு இடையிலான இப்பௌதீகத் தூரத்தை சமூகத் தூரமாகவும் காண முடியும். சாதிப் படிநிலை அடுக்கு ஆந்திராவிலுள்ள அட்டவணை சாதிகளுக் கிடையில் நடைமுறையில் உள்ளது.

ஆணையம் தனது நேரடியான கள ஆய்வுகளின் போது நேரில் கண்டறிந்த மேற்கண்ட உண்மைகளை முன்வைத்து அட்டவணைச் சாதிகள் ஒருமித்த குழு அல்ல என்று உறுதிப்படுத்துகிறது. "இந்து மதத்தில் சமமான இரு சாதிகள் என்பது இல்லை" சாதி அமைப்பு முறை என்பது ஏணியின் படிகளைப் போன்றது. ஒவ்வொரு சாதிக்கும் மேலாக வேறொரு சாதி இருக்கிறது. அவற்றுக்கிடையே மரியாதை ஏறுவரிசையிலும் வெறுப்பு அவமதிப்பு ஆகியவை இறங்கு வரிசையிலும் இருக்கின்றன" என்ற பாபாசாகேப் அம்பேத்கரின் கருத்துக்களையும், சென்னை பல்கலைகழகத்தில் 1990இல் நடந்த டாக்டர். அம்பேத்கரும் தலித்துகளின் எதிர்காலமும் என்ற கருத்தரங்கில் V.R. கிருஷ்ணய்யர் முன்வைத்த

"பட்டியலினச் சாதிகளும் மேல் கீழ் என்ற வகையில் பல்வேறு அடுக்குகளாக அமைக்கப்பட்டுள்ளன. பட்டியலினச் சாதியினருக்கு அளிக்கப்படும் பயன்கள் மேல் அடுக்கில் உள்ள சாதிகளாலேயே மறிக்கப்பட்டு விடுவதால் கீழ் நிலையில் இருப்போரை நிரந்தரமாகக் கீழ்நிலையில் இருக்கும்படிச் செய்து விடுவதைத் தடுக்க நடைமுறை சார்ந்த புது உத்திகளை சமூகத்துக்கு உகந்த கொள்கை வகுப்பவர்கள் வகுக்க வேண்டும்"

என்ற கருத்தையும் தனது கருத்துக்கு அரணாக முன்வைக்கிறது ஆணையம். அதோடு ஒருமிப்பு என்ற பெயரில் வகைப்படுத்தி ஒதுக்கீடு வழங்குவதற்கு தெரிவிக்கப்படும் எதிர்ப்பு சம வாய்ப்புக்கான உரிமையை நிரந்தரமாகக் குலைத்து விடுவதாக இருந்து விடக்கூடாது என்று ஆணையம் எச்சரிக்கவும் செய்கிறது.

2. பட்டியலினச் சாதிகளின் உறுப்பினர்கள் என்பவர்கள் சாதிகள் இனங்கள் பழங்குடிகள் ஆகியவற்றிலிருந்து சேர்க்கப்பட்டு குடியரசுத் தலைவரின் அறிவிக்கையின் மூலம் சிறப்பு அந்தஸ்து அளிக்கப்பட்டிருக்கிறார்கள். அதில் கைவைக்க

எவருக்கும் உரிமையில்லை என்பது வகைப்படுத்தலுக்கு எதிராக வைக்கப் பட்ட மற்றொரு வாதம். பல்வேறு தரப்பினரிடமிருந்தும் பெறப்பட்ட அறிக்கைகளில் இருந்தும் ஆணையம் நேரில் மேற்கொண்ட ஆய்வுகளில் இருந்தும் ஆந்திராவிலுள்ள 59 பட்டியலினைச் சாதிகளில் 55 முதல் 56 சாதிகளுக்கு இட ஒதுக்கீட்டுப் பயன்கள் சென்றடைய வில்லை. பெரும்பான்மை யான ஒதுக்கீட்டுப் பலன்கள் ஒரு சில சாதிகளாலேயே மறித்துக் கொள்ளப்படுவதால் குடியரசுத் தலைவரின் அறிவிக்கை மூலம் பெறப்பட்ட இப்புதிய அந்தஸ்து எந்தப் பயனையும் அந்த 56 சாதிகளுக்கு அளிக்கவில்லை என்று கருத்து தெரிவிக்கிறது ஆணையம்.

அதோடு அரசியலமைப்புச் சட்ட (பட்டியலினச் சாதிகள்) உத்தரவு 1950இன் படி பல்வேறு சாதிகள் அடைந்த புதிய அந்தஸ்து பெருமளவுக்கு குறிப்பிட்ட ஒரு சில சாதிகளுக்கு மட்டுமே நன்மை பயப்பதாக இருக்கிறது. இட ஒதுக்கீட்டுப் பயன்கள் பட்டியலினச் சாதிகளுக்குள் நியாயமான பகிர்ந்து கொள்ளும் வகையில் வகைப்படுத்தி ஒதுக்கீடு வழங்குவது அவசர தேவையாக இருக்கிறது என்று அழுத்தம் திருத்தமாகத் தெரிவிக்கிறது.

3. வகைப்படுத்தி ஒதுக்கீடு வழங்குவது அரசியலமைப்புச் சட்டத்தில் தெரிவிக்கப்பட்ட சமத்துவம் என்ற கொள்கைக்கு எதிரானது என்பது அடுத்த வாதம்.

இவ்வாதத்தை அரசியல் நிர்ணய சபை விவாதங்களில் அம்பேத்கர் முன்வைத்த கருத்துக்களை விரிவாக மேற்கோள் காட்டி ஆணையம் மறுக்கிறது. அரசியலமைப்புச் சட்டத்தை வகுத்தவர்கள் நிர்வாகத்தில் அது வரையிலும் பங்கு பெற முடியாத சில குறிப்பிட்ட சாதிகளுக்குச் சாதகமாக இடஒதுக்கீடு வழங்கும் வகையில் விதி 16(4)ஐ வகுத்தார்கள். வரலாற்றுப் பூர்வமான காரணங்களால் நிர்வாகம் என்பது ஒரு அல்லது ஒரு சில சாதிகளால் கட்டுப்படுத்தப்படுவதாய் இருக்கிறது. இந்நிலை மாற வேண்டும். மற்றவர்களும் அரசுப்பணிகளில் நுழைவதற் கான வாய்ப்புகளைப் பெற வேண்டும் என்று அம்பேத்கர் விரிவுப்படுத்தியதையும் சுட்டிக்காட்டுகிறது. அரசுப் பணிகளில் போதிய அளவுக்குப் பிரதிநிதித்துவம் இல்லாத நிலையையே விதி 16(4) இன் கீழ் அடையாளம் காணப்படுவதற்கான ஒரே சோதனை என்றும் பெரும்பான்மையான சமூகங்கள் சமமாகப்

பிரதிநிதித்துவம் செய்யப்படும் போது மட்டும் தான் சமத்துவம் உறுதி செய்யப் படுவதாக இருக்கும் என்றும் கருத்துரைக்கிறது ஆணையம்.

தான் திரட்டிய தரவுகளிலிருந்து தற்போது ஆந்திராவில் ஒதுக்கீட்டுப் பயன்களை ஒரு சில சாதிகள் மட்டுமே அனுபவிக் கின்றன. வகைப்படுத்தி ஒதுக்கீடு வழங்கும் முறை நடை முறையில் இருந்த போது பயன்கள் அனைத்துச் சாதிகளுக்கும் சீராக பகிர்ந்து வழங்கப்பட்டது. எனவே வகைப்படுத்துதல் சமத்துவத்திற்கு எதிரான நடவடிக்கையன்று. மாறாக சமமான பங்கீட்டிற்கான ஒரு கருவி அஃது என்று உறுதியாக தெரிவிக்கிறது.

4. தரமான கல்வி மற்றும் பொருளாதார மேம்பாட்டிற்கான பிற நடவடிக்கைகள் ஆகியவற்றை துவக்க வேண்டுமே அல்லாது வகைப்படுத்தலை நம்பியிருக்கக் கூடாது என்று இன்னொரு வாதம் முன்வைக்கப்பட்டது.

1. பட்டியலினச் சாதிகள் துணைத் திட்டம் (SC SP) Scheduled caste sub plan)

2. பட்டியலினச் சாதிகள் துணைத் திட்டத்துக்கான சிறப்பு மைய உதவி (Special central Assistance to scheduled castes sub plan (SCA)

3. பட்டியலினச் சாதிகள் வளர்ச்சிக் கழகம் (Scheduled caste development corporation SCDC)

ஆகியவை ஆந்திர மாநிலத்தில் பட்டியலினச் சாதிகள் வளர்ச்சிக்காக நடைமுறைப்படுத்தப்படும் திட்டங்கள் ஆகும். மேற்கண்ட திட்டங்களை நடைமுறைப்படுத்த தெளிவான விதி முறைகளும் உள்ளன. அதிகமான முதலீடு மற்றும் ஒருங் கிணைக்கப்பட்ட திட்டம் ஆகியவற்றுக்கிடையிலும் பெரும் பான்மையான தாழ்த்தப்பட்ட சாதிகள் பின் தள்ளப்பட்டு ஒரு சில சாதிகளே பெரும்பான்மை பலன்களை அறுவடை செய்து கொள்ளும் நிலைமை தான் இருக்கிறது. குறிப்பிட்ட ஒரு சில சாதிகளைத் தவிர பெரும்பான்மையான தலித் சாதிகள் எவ்வித மேம்பாடும் இல்லாமல் இரங்கத் தக்க நிலையில் தான் இருக்கின்றன. இத்தகைய சாதிகளின் முன்னேற்றம் குறித்து நம்பிக்கை அளிக்கும் விதத்தில் அருகாமையில் எதுவுமில்லை.

இந்த கமிஷனின் பார்வையில் வகைப்படுத்தி ஒதுக்கீடு வழங்கும் நடவடிக்கை தான் ஒரே நம்பிக்கையாக இருக்கிறது.

5. வகைப்படுத்தி ஒதுக்கீடு வழங்குவது என்னும் முயற்சி சில சுயநல சக்திகளால் தங்களது சுயநல நோக்கங்களுக்காகச் செய்யப்பட்டது என்பது அவர்கள் முன்வைக்கும் அடுத்த வாதம்.

ஆந்திராவிலுள்ள தலித் சாதிகளுள் பெரும்பான்மையானவை வகைப்படுத்தலுக்கு ஆதரவாக கோரிக்கை மனுக்களை இக் கமிஷனிடம் அளித்திருக்கிறார்கள். மேலும் இக்கோரிக்கை நெடுங்காலமாக மாதிகா சாதியினரால் முன்வைக்கப்படும் ஒன்றாக இருக்கிறது. ஆந்திராவிலுள்ள எல்லா அரசியல் கட்சிகளும் இக்கோரிக்கை நியாயமானது என்று ஏற்றுக் கொள்கிறார்கள். அதனால்தான் மூன்று முறை இக்கோரிக்கைக்கு ஆதரவான தீரமானம் ஏகமனதாக சட்ட மன்றத்தில் நிறைவேற்றப்பட்டுள்ளது. எனவே இக்கோரிக்கை தனிப்பட்ட சிலரால் அல்லது ஒரு கட்சியால் தங்கள் அரசியல் லாப நோக்கங்களுக்காக முன்வைக்கப்படுகிறது என்ற வாதம் அர்த்தமற்றது என்று ஆணையம் அதை நிராகரிக்கிறது.

6. பட்டியலினச் சாதிகளின் இடஓதுக்கீடுக்கான அளவு கோலாகத் திகழும் தீண்டாமை என்பதற்குப் பதிலாக வகைப்படுத்தலின் விளைவாக சாதி என்பது அளவு கோலாக மாறுகிறது. இடஓதுக்கீட்டின் நோக்கம் தேசிய ஒருமைப்பாடுதான். இது வகைப்படுத்தலுக்கு எதிராக முன்வைக்கப்படும் கடைசி வாதம்.

அரசுப் பணிகளில் மிகக் குறைந்த அளவில் இருக்கிறார்கள் என்பதால்தான் பட்டியலினச் சாதியினருக்கு இடஓதுக்கீடு வழங்கப்படுகிறது. இக்கருத்து இந்திரா சஹானி எதிர் இந்திய அரசு வழக்கில் உச்சநீதிமன்றம் வழங்கிய தீர்ப்பில் 364ஆம் பத்தியில் "அரசின் கீழ் இருக்கின்ற பணிகளில் போதிய அளவுக்கும் பிரநிதித்துவம் இல்லாத தன்மை தான். சட்டவிதி 16(4)இன் கீழ் ஒரு வகுப்பு அடையாளம் காணப்படுவதற்கான ஒரே சோதனை என்று குறிப்பிடப்படுவதன் மூலம் மேலும் வலுப்பெறுகிறது.

வகைப்படுத்தலின் மூலம் மாநில அரசு இடஒதுக்கீட்டுப் பயன்களை நியாயமான முறையில் பகிர்ந்தளிக்கும் விதமாக நடைமுறையில் உள்ள பட்டியலை நுண்பகுப்பு மட்டுமே செய்கிறது. இதன் விளைவாக தேசிய ஒருமைப்பாட்டுக்கு உகந்த ஒரு சூழலை இது ஏற்படுத்துகிறது. ஒரு குறிப்பிட்ட சமூகம் மட்டும் இடஒதுக்கீட்டின் பெரும்பான்மை பயன்களைப் பிற சமூகங்களை ஏமாற்றமடையச் செய்துவிட்டுத் தான் மட்டும் அநுபவிக்கும்போது அங்கு தேசிய ஒருமைப்பாட்டுக்கு எந்த இடமும் மிச்சம் வைக்கப்படவில்லை என்று கருத்துத் தெரிவிப்பதன் மூலம் இக்கடைசி மறுப்பையும் நிராகரிக்கிறது ஆணையம்.

ஆணையத்தின் பார்வைகளும் பரிந்துரைகளும் என்ற பகுதியில் ஆணையம் ஆந்திர வகைப்படுத்தல் குறித்த தனது பார்வைகளையும் பரிந்துரைகளையும் முன்வைக்கிறது. அவற்றுள் முக்கியமான சிலவற்றைக் காணலாம்.

1. அரசியல் அமைப்புச் சட்ட ரீதியாகத் தீண்டாமை தடைசெய்யப் பட்டுவிட்டது. ஆனால் மரபு ரீதியான கட்டுப்பாடுகள் தொடர்கின்றன. தாழ்த்தப்பட்டவர்களுள்ளும் மிகவும் தாழ்த்தப் பட்டவர்கள் பிறரை விட அதிகம் பாதிக்கப்படுகிறார்கள். இடஓதுக்கீட்டு பலன்கள் ஒரு சாதியால் மறிக்கப்பட்டு ஏனையோர் தவிக்கும் நிலையைத் தடுக்க ஒரு முறையியல் கண்டறியப்பட வேண்டும். இட ஓதுக்கீட்டுப் பயன்கள் ஒரு வகுப்பு அல்லது ஒரு குழுவினரிடம் மட்டும் குவிந்து, பெரும்பான்மை தாழ்த்தப்பட்ட சாதிகள் புறக்கணிக்கப்படும் நிலை நீடித்தால் இடஓதுக்கீடு தோற்றுவிக்கப்பட்டதன் நோக்கமே சீர்குலைந்துவிடும்.

2. ஆந்திராவில் மாலா மற்றும் அதோடு தொடர்புடைய ஒரு சில சாதிகள் மட்டுமே சலுகைகள் இடஓதுக்கீடுப் பயன்கள் ஆகிய வற்றை கல்வியிலும் வேலைவாய்ப்பிலும் அனுபவிக்கின்றன. அதோடு IAS, IPS முதலான பதவிகளையும் MLA, MP ஊராட்சிப் பதவிகள் போன்றவற்றிலும் மிகப் பெரும்பான்மையானவற்றை இச்சாதிகளே அனுபவிக் கின்றன.

3. அரசியல் அமைப்புச் சட்டத்தின் விதி 15-இன் 4வது ஷரத்து பொதுக்கல்வி நிறுவனங்களில் கல்வி இடங்களைப் பட்டியலினச் சாதியினருக்கு ஒதுக்கீடு செய்வதும் அவர்களின் முன்னேற்றத் துக்குத் தேவைப்படும் பிற சிறப்பு நடவடிக்கைகள் எடுப்பதும் ஒரு மாநிலத்தின் கடமை என வரையறுக்கிறது. அதேபோல சட்டவிதி 16-இன் 4வது ஷரத்து தனது கருத்தின்படி போதிய அளவுக்குப் பிரதிநிதித்துவம் செய்யப்படாத பிற்படுத்தப்பட்ட வகுப்புக் குடிமக்களுக்குச் சாதகமாக பணி நியமனங்களையும் பணிகளையும் ஒதுக்கீடு செய்ய மாநில அரசுக்கு அதிகாரம் அளிக்கிறது.

4. உச்சநீதிமன்றம் வசந்த் எதிர் கர்நாடக மாநில அரசு 1985 என்ற வழக்கிலும் இந்திரா சஹானி எதிர் இந்திய அரசு 1992 என்ற வழக்கிலும் வழங்கிய தீரப்புகளில் சட்டவிதி 15(4)-இன் படி ஒரு வகுப்பு தகுதியடைய வேண்டுமென்றால் அந்த குறிப்பிட்ட வகுப்பு சமூக ரீதியாகவும் கல்வி ரீதியாகவும் பின்தங்கி இருக்க வேண்டும் என்று கூறியது.

5. இந்திரா சஹானி வழக்கில் உச்சநீதிமன்றம் வேலைவாய்ப்பில் இடஒதுக்கீட்டைப் பொறுத்த முக்கியமான அம்சங்களை வரையறுத்தது. அவற்றில் சில

(i) இடஒதுக்கீட்டு நடவடிக்கை சட்டமன்றத்தில் இயற்றப்படும் சட்டத்தின் மூலமாகவோ அல்லது நிர்வாக உத்தரவின் மூலமாகவோ செய்யப்படலாம்.

(ii) சட்டவிதி 16இன் 4வது ஷரத்தானது 2வது ஷரத்தின் ஒரு விதிவிலக்கு அல்ல. அவை ஒரே புலத்தில் செயல்படுபவை ஆனால் 4வது ஷரத்து ஒரு சிறப்பு ஏற்பாடு.

(iii) வேலைவாய்ப்பில் பிற்படுத்தப்பட்ட வகுப்புகளுக்கு சாதகமாக செய்யப்படக் கூடிய சட்டத்தில் முழுமையானது ஷரத்து (4) ஆகும்.

(iv) ஷரத்து (4)இல் குறிப்பிடப்பட்டுள்ளவை தவிரவும் வேறு சிறப்பு ஏற்பாடுகள் இருக்கலாம்.

6. ஒன்பது நீதிபதிகள் கொண்ட அரசியல் சாசன பெஞ்ச் விசாரித்த இந்திரா சஹானி வழக்கு உள்ளிட்ட எண்ணற்ற

வழக்குகளில் சட்டவிதி 15(4) மற்றும் 16(4) ஆகியவற்றின் செல்லுபடி தன்மை உச்சநீதிமன்றத்தால் நிலைநிறுத்தப் பட்டுள்ளது.

7. இந்திரா சஹானி வழக்கில் ஒன்பது நீதிபதிகள் கொண்ட பெஞ்ச் வழங்கிய தீர்ப்பில் சட்டவிதி 16(4) இல் குறிப்பிடப் படுகிற பிற்படுத்தப்பட்ட வகுப்பு குடிமக்கள் என்கிற விளிப்பு பட்டியல் சாதியினரையும் பட்டியல் பழங்குடியினரையும் சேர்த்ததுதான் என்பதைத் தெளிவுபடுத்துகிறது. அப்படி யெனில் அதே தீரப்பின் 802 மற்றும் 803வது பத்திகளில் கூறப்படுவதன்படி பட்டியல் சாதியினரை வகைப்படுத்து வதற்கு சட்டரீதியான எவ்வித தடையும் இல்லை.

8. அரசியலமைப்புச் சட்டத்தின் 341வது விதி குடியரசுத் தலைவரின் அட்டவணையில் சாதிகள் சேர்க்கப்படுவதற்கு அதிகாரமளிப்ப தோடு அவ்வட்டவணையில் ஸ்ந்தச் சாதியையும் சேரக்கவும் நீக்கவும் முடியாத அளவுக்குச் சில பாதுகாப்பு ஏற்பாடுகளையும் செய்திருக்கிறது. இதன் பொருள் என்னவெனில் விதி 341இன் அதிகார வரம்பு ஒவ்வொரு மாநிலத்திற்குமான அட்டவணைச் சாதிகளின் பட்டியலைத் தயாரிப்பதற்கும் மாநிலங்கள் அந்தப் பட்டியலில் இருந்து எந்தச் சாதியையும் தனது விருப்பத்திற்கும் நோக்கத்திற்கும் ஏற்ப சேர்ப்பதையும் நீக்குவதையும் தடுப்பதை உறுதி செய்வது வரைக்கும் தான் என்பதே. விதி 341 குடியரசு தலைவரின் பட்டியலில் உள்ள அட்டவணைச் சாதிகளைப் பொறுத்து ஒரு மாநில அரசு கட்டணச் சலுகைகள்/ உதவித் தொகைகள்/ விடுதி/ ஒதுக்கீடுகள்/ ஒதுக்கீடுகளின் அளவு/ கல்விக்கு மட்டுமான இடஒதுக்கீடு/ பணிகளுக்கான இட ஒதுக்கீடு/ பணிக்குத் தேர்வு செய்யும் போது/ பணி உயர்வுகளின் போது என்று எதையும் குறிப்பிட்டுச் சொல்லவில்லை. இவற்றை எல்லாம் அந்த மாநிலத்திற்கேற்ப வழங்குவது அந்தந்த மாநிலத்தின் பொறுப்பும் கடமையு மாகும். இந்த நடைமுறையில் இடஒதுக்கீடு வழங்கவும் அவ்விட ஒதுக்கீட்டின் விகிதாசாரத்தை நிர்ணயிக்கவும் மாநில அரசுக்கு உரிமை இருக்கிறது. இவ்வாறான இடஒதுக்கீடு சீராக அனைத்துச் சாதிகளுக் கிடையிலே பங்கிட்டுக் கொள்ளப்படவில்லையெனில் அதை நிவர்த்தி செய்யும் வகையில் வகைப்படுத்துதல், முறைப் படுத்துதல்,

நியமனம் செய்தல் என்ற எந்த முறையையும் மேற்கொண்டு பலன்கள் அனைவருக்கும் சென்று சேர நடவடிக்கை மேற்கொள்வது மாநில அரசின் பொறுப்பும் கடமையும் ஆகும்.

9. 46வது சட்டவிதி "அட்டவணைச் சாதிகளின் கல்வி மற்றும் பொருளாதார நலன்களை சிறப்புக் கவனத்துடன் மாநில அரசு மேம்படுத்த வேண்டும்... அதோடு சமூக அநீதியிலிருந்தும் எல்லாவிதமான சுரண்டல்களிலிருந்தும் அவர்களைப் பாதுகாக்க வேண்டும்" என்று கூறுவதன் மூலம் மாநில அரசு அட்டவணைச் சாதிகளையும் சமூக அநீதியிலிருந்து பாதுகாக்கக் கடமைப் பட்டிருக்கிறது.

10. ஆந்திரா மாநில அரசு அட்டவணைச் சாதியினருக்காகப் பல்வேறு நலத்திட்டங்களை நடைமுறைப்படுத்தினாலும் அவற்றுள் ஒரு சில சாதிகள் மட்டும் அனைத்து பலன்களையும் மறித்து விடுவதால் பல அட்டவணைச் சாதிகள் இயலாமைக்கும், தீமைக்கும், அவமரியாதைகளுக்கும் உள்ளாகி கடுமையான பாரபட்சத்திற்கும் பாதிப்புக்கும் உள்ளாகி இருப்பதை கண்டு கொண்டதும், பட்டியலினச் சாதிகளுள் இருக்கும் சமமின்மையைச் சரிசெய்யும் முன்னேற்ற நடவடிக்கைகளுக்கு முன் முயற்சி எடுத்தது.

11. ஆணையம் சேகரித்து ஆய்வு செய்த தரவுகளிலிருந்து ஆந்திராவிலுள்ள அட்டவணைச் சாதிகள் ஒருமித்த குழுவாய் அமைந்தவை அல்ல. அவை ஒரேயொரு வகுப்பாய் அமைந்தவையும் அல்ல. அவை பலதரப்பட்டவை. கேரள மாநில அரசு எதிர் N.M. தாமஸ் என்ற வழக்கில் நீதியரசர் V.R. கிருஷ்ணய்யர் கீழ்க்கண்டவாறு தீர்ப்பளித்தார்.

"கீழ் நிலையில் இருப்பவர்களுள்ளும் ஆகக் கீழாய் இருப்பவர்களுக்கும் அட்டவணைச் சாதிகளுக்குள்ளே சமமற்றவர்களாய் இருப்பவர்களுக்கும் ஒரு சாதி அநுபவிக்கும் அதே விதமாக பாதுகாப்பு சலுகை உத்திரவாதம் ஆகியவை வழங்கப்படுவதை உறுதி செய்வது மாநில அரசின் கடமை ஆகும். அவ்வாறு செய்வதென்பது அரசியலமைப்புச் சட்டத்தின் விதிகள் 14, 15, 16 ஆகிய விதிகளுக்கு முரணான ஒன்றைச் செய்வது ஆகாது. அரசியலமைப்புச் சட்டத்தின் 14, 341 ஆகிய விதிகளை மீறுவதாகவும் அது அமையாது."

12. ஆந்திரப் பிரதேச மாநில அரசு நீதிபதி ராமச்சந்திர ராஜு ஆணையத்தின் அறிக்கையைப் பார்வையிட்ட பிறகு இட ஒதுக்கீட்டு நடவடிக்கைகளின் முழுப்பலனையும் அடைவதற்காக அவரவர்களின் பொதுத் தொழில், சமூகச் சூழ்நிலை, பின்தங்கிய தன்மை முதலானவற்றைப் பொறுத்து அட்டவணைச் சாதிகளை A,B,C,D என்று நான்கு குழுக்களாக வகைப்படுத்துவது அவசியம் என்று உணர்ந்தது. தங்களது உண்மையான பிறப்பு அடையாளத்தின் அடிப்படையில் தான் அட்டவணைச் சாதிகள் பலன் அடைந்து அதன் மூலம் தங்களது தகுதியை மேம்படுத்திக் கொள்ளும் வழிகளைப் பெற முடியும் என்பதையும் குடியரசுத் தலைவரின் அட்டவணையில் சேர்க்கப்பட்டிருக்கும் இத்தகைய வழிகளையும் தகுதிகளையும் பறிகொடுத்துவிட்ட பிற சாதிகளோடு அவர்களை இணைத்துப் பார்க்க முடியாது என்பதையும் முன் குறிப்பிட்ட சாதிகளோடு ஒப்பிடும் போது இவை சமமற்றவைகளாக மாறிவிட்டன என்பதையும் மாநில அரசு உணர்ந்தது. எனவே வகைப்படுத்தல் நியாயமானதே என்ற முடிவுக்கு வந்தது.

13. வகைப்படுத்தலுக்கு முன்பிருந்த நான்காண்டுகளிலும் வகைப் படுத்தல் அமுலில் இருந்த நான்காண்டுகளிலும் வகைப்படுத்தல் தடை செய்யப்பட்டதற்குப் பிந்தைய மூன்றாண்டுகளிலும் கல்விச் சேர்க்கை பணி நியமனங்கள் மற்றும் பதவி உயர்வுகள் ஆகியவற்றில் அட்டவணைச் சாதிகளின் சாதிவாரி மற்றும் குழுவாரி பயனீட்டாளர்களின் புள்ளி விவரங்கள், வகைப் படுத்தலின் போது இடஒதுக்கீட்டுப் பயன்கள் அனைத்துச் சாதிகளுக்கும் எவ்வாறு பகிர்ந்தளிக்கப்படுவதை உறுதி செய்வதாகவும் உத்திரவாதப்படுத்துவதாகவும் இருந்தன என்பதையும் வகைப்படுத்தல் நடைமுறையில் வருவதற்கு முந்தைய ஆண்டுகளிலும் வகைப்படுத்தல் தடை செய்யப் பட்டதற்குப் பிறகான ஆண்டுகளிலும் அவை எவ்வாறு பலன்களைப் பறிகொடுத்துவிட்டு நின்றன என்பதையும் வேறுபடுத்திக் காட்ட அவசியமானது... அட்டவணைச் சாதிகளிலுள்ள அனைத்துச் சாதிகளும் சமமாக முன்னேறவும் தங்கள் மக்கள் தொகைக்கு உரிய விகிதத்தில் இட ஒடுக்கீட்டுப் பயன்களைப் பெறவும் உதவுவதே அட்டவணைச் சாதிகள் இட ஒதுக்கீட்டை முறைப்படுத்தலின் நோக்கமாக இருந்தது.

14. இவ்வாணையம் திரட்டிய தரவுகளை ஆய்வு செய்ததில் இருந்து மாலா சாதியினரும் மற்றும் அதை சார்ந்த சாதிகளும் ரெல்லி மற்றும் பிற அட்டவணைச் சாதிகளோடு ஒப்பிடும் போது சமூக ரீதியாகவும் அரசியல் ரீதியாகவும் சிறந்த முறையில் தங்களை நிலை நிறுத்திக் கொண்டு விட்டன என்பது புலனாகிறது.

15. 1965இன் லோக்குர் குழு தனது அறிக்கையில் இவ்வாறு கூறியது.

"அட்டவணைச் சாதிகள் மற்றும் அட்டவணைப் பழங்குடிகளுக்கென ஒதுக்கப்பட்ட பல்வேறு பலன்களிலும் சலுகைகளிலும் மிகப்பெரும் பங்கை எண்ணிக்கையளவில் பெரியதும் அரசியல் ரீதியாக நன்கு திரண்டு விட்டதுமான சில குறிப்பிட்ட சாதிகளே கொஞ்ச காலமாக கைப்பற்றிக் கொண்டிருப்பது புலனாகிறது. எண்ணிக்கையில் சிறியதும் மிகவும் பின்தங்கியதுமான சாதிகள் சிறப்பு உதவிகள் மிகவும் தேவைப்படுபவையாக இருந்த போதும் சனநாயக நடவடிக்கைகளில் காணாமல் போய்க் கொண்ருப்பதாய் தோன்றுகிறாரகள்"

இந்நோய்மையை சீர்திருத்தும் பிராயச்சித்த நடவடிக்கையாக லோக்குர் கமிட்டி "அட்டவணையில் உள்ள பல்வேறு சாதிகளும் பழங்குடிகளும் திட்டமிடல் மேம்பாடு" ஆகியவற்றில் தேவை மிகுந்தவர்களுக்கு கூடுதல் முக்கியத்துவமும் ஒப்பீட்டளவில் முன்னேறியவர்களுக்கு குறைந்த முக்கியத்துவமும் தருகிற மாதிரி நிர்வாக ரீதியில் பகுக்கப்பட அல்லது வகைப்படுத்தப்பட வேண்டும்" என்று கூறியது.

இதன்படி ஆந்திரப் பிரதேச மாநில அரசு மாலாக்கள் ஆதி ஆந்திராக்கள் ஆகியோரின் அண்மைக்கால நிலைகளை மீள்பார்வை செய்து இட ஒதுக்கீட்டின் சீரான பகிர்வு, அனைத்துச் சாதிகளின் சமமான வளரச்சி ஆகியவற்றை உத்திரவாதப் படுத்தவும், தேவை மிகுந்தவர்களுக்கு இடஒதுக்கீட்டுப் பயன்கள் சென்றடைவதை உறுதி செய்வதற்கும் ஒரு தொழில் நுட்பத்தை வகுக்க வேண்டும். மாலாக்களும் ஆதி ஆந்திராக்களும் கடந்த 57 வருடங்களாக பிற சாதிகளின் பங்கையும் சேர்த்து இட ஒதுக்கீட்டுப் பயன்களில் பெரும் பங்கை கைப்பற்றி வருவதால் மாநில அரசு சில ஒதுக்கீட்டுப் பயன்களை ஒப்பிட்டளவில்

முன்னேறிய மாலாக்களுக்கும். ஆதி ஆந்திராக்களுக்கும் கட்டுப்படுத்த வேண்டுவதோடு, ரெல்லி, மாதிகா மற்றும் இவை சார்ந்த சாதிகளுக்கு கூடுதல் பயன்கள் முன்னுரிமை நடவடிக்கைகளின் அடிப்படையில் வழங்கப்பட வேண்டும்.

16. அட்டவணைச் சாதிகளின் இடஒதுக்கீட்டில் பங்கீட்டு முறை ஆந்திர மாநில அரசில் ஏற்கெனவே நடைமுறையில் இருக்கிறது. கல்விச் சேர்க்கைகளில் அட்டவணைச் சாதிகளுக்கான 15 சதவீத இடஒதுக்கீடு ஆந்திரா (ஆந்திரப் பல்கலைக்கழகம்) தெலுங்கானா (ஒஸ்மானியா பல்கலைக் கழகம்) ராயலசீமா (ஸ்ரீ வெங்கடேஸ் வரா பல்கலைக்கழகம்) ஆகியவற்றுக்கிடையே பங்கிட்டுக் கொள்ளப்படுகிறது.

17. ஆந்திர மாநிலத்தில் பணி நியமனங்களிலும் 15 % இடஒதுக் கீட்டில் பங்கீட்டுமுறை அமுலில் இருக்கிறது. மண்டல் வாரியான நியமனங்களில் ஒரு குறிப்பிட்ட மண்டலம் சார்ந்த அட்டவணைச் சாதிகள் மட்டுமே அந்த மண்டலம் சார்ந்த பணியிடங்களுக்குப் போட்டியிடத் தகுதி உடையவர்கள். பிற எல்லா மண்டலங்களைச் சார்ந்த அட்டவணைச் சாதி போட்டியாளர்களும் போட்டியிட தகுதி மறுக்கப் படுகிறார்கள்.

18. அதைவிட முக்கியமாக மொத்த 15% இடஒதுக்கீட்டில் மூன்றில் ஒரு பங்கு (33.33%) அட்டவணைச் சாதிப் பெண் களுக்கு ஒதுக்கப்படுகிறது. (பங்கிடப்படுகிறது) தங்களுக் குரிய 5% சதவீதத்தோடு மிச்சமுள்ள 10 சதவீதத்திற்கும் பெண்கள் போட்டியிட முடியும். ஆனால் பெண்களுக்குரிய 5 சதவீதத்தில் ஆண்கள் போட்டியிட முடியாது.

19. பல பங்கீடுகளுக்கு மத்தியிலும் (பகுதி/மண்டலம்/பாலினம்/ உள்ளூர் அமைப்புகள் சார்ந்த பங்கீடுகள் முதலானவை) அட்டவணைச் சாதிகள் இடஒதுக்கீட்டு முறைப்படுத்தல் முறை உரிமையுடைய சாதிகளுக்கு பயன்கள் முறையாக பகிர்வு செய்யப்படுவதை உத்திரவாதப்படுத்தும் செயல் திட்டம் அதில் இருப்பதால் அட்டவணைச் சாதிகளின் அனைத்துப் பிரிவின ராலும் வரவேற்கப்பட்டது.

20. ஒரு மாநிலத்திலோ யூனியன் பிரதேசத்திலோ உள்ள அட்டவணைச் சாதிகளில் உள்ள பல்வேறு சாதிகள்,

இனங்கள், பழங்குடிகள் ஆகியோருக்கு ஆக்கப்பூர்வமான பிரதிநிதித்துவம் வழங்கப்பட வேண்டுமானால் சட்டவிதி 341 (1) மற்றும் (2)இல் கண்ட அட்டவணைச் சாதிகளின் பட்டியலில் சேர்க்கப்பட்டுள்ள பல்வேறு சாதிகள் மற்றும் குழுக்களை வகைப்படுத்த/நுண் பகுப்புச் செய்ய இந்திய அரசியலமைப்புச் சட்டத் திருத்தத்தின் மூலம் சட்டப்பூர்வ அனுமதி வழங்கலாம் என்பதே இவ் வாணையத்தின் கருத்து. சட்டவிதி 341 இன் கீழ் அறிவிக்கப் பட்டுள்ள பல்வேறு சாதிகள் இனங்கள் பழங்குடிகள் ஆகியவற்றுக்கு மாநில அரசுப் பணிகளிலும் கல்வி நிறுவனங் களிலும் இடஓதுக்கீடு வழங்குவதற்கு எந்த விகிதாசாரத்தில் இடஓதுக்கீடு வழங்கப்பட வேண்டும் என்பதைக் குறிப்பிட்டு மாநிலச் சட்ட மன்றம் ஏகமனதாக நிறைவேற்றிய தீரமானத்தின் அடிப்படையில், தான் இயற்றும் சட்டத்தின் மூலம் பாராளு மன்றம் வகைப்படுத்தல்/ நுண்பகுப்புச் செய்தலைச் செய்யலாம் என்று தெரிவிக்கும் சட்டத்திருத்தத்தின் மூலம் இச்சட்டப்பூர்வ அனுமதி வழங்கப்படலாம். குறைந்த பட்சமாக ஒரு பணியிலிருக்கும் உயர்நீதிமன்ற நீதிபதியோ/ அல்லது ஓய்வு பெற்ற உயர்நீதிமன்ற நீதிபதியோ தலைமை வகிக்கும் ஒரு சட்ட ஆணையம் திரட்டிய தரவுகளின் அடிப்படையில் மாநில சட்டமன்றம் இவ்வாறான பரிந்துரைகளைச் செய்யலாம் என்பதையும் மேற்சொன்ன சட்டத்திருத்தம் குறிப்பிடலாம். அட்டவணைச் சாதிகளுள் உள்ள பல்வேறு சாதிகள், இனங்கள், பழங்குடிகள் மாநில அரசுப் பணிகளிலும் கல்வி நிறுவனங் களிலும் எந்தளவுக்கு பிரதிநிதித்துவம் செய்யப்படுகின்றன என்பதைக் குறித்த தரவுகளை அவ்வாணையம் திரட்டலாம். அட்டவணைச் சாதிகளில் உள்ள ஒவ்வொரு சாதிக்கும், இனத்துக்கும், பழங்குடிக்கும் அல்லது சாதி இனம் பழங்குடி ஆகியவற்றின் பகுதிக்கும் அல்லது அவற்றிலுள்ள குழுவுக்கும் அதன் மக்கள் தொகைக்கு உகந்த விதத்தில் எந்தெந்த விகிதத்தில் இடஓதுக்கீட்டு பலன்கள் வழங்கப்பட வேண்டும் என்பதை ஆணையத்தின் பரிந்துரையின் பேரில் மாநில சட்டமன்றம் திட்டவட்டமாகத் தெரிவிக்கலாம்.

21. கமிஷன் இந்திய அரசியலமைப்புச் சட்டத்தின் 341வது விதியைத் திருத்தம் செய்து கீழ்க்கண்டவாறு 3வது பிரிவு

(clause(3)) அதோடு இணைத்துக் கொள்ளலாம் என்று பரிந்துரைக்கிறது.

341 (3) ஒரு மாநிலச் சட்டமன்றம் அல்லது ஒன்றியப் பிரதேசச் சட்டமன்றம் ஏகமனதாய் நிறைவேற்றிய தீர்மானத்தைப் பெற்றுக் கொண்டதன் பேரில் பாராளுமன்ற சட்டத்தின் மூலம் பிரிவு(1) இன் கீழ் வழங்கப்பட்ட அறிவிக்கையில் குறிப்பிடப்பட்ட அல்லது பிரிவு (2) இன் கீழ் பாராளுமன்றம் உருவாக்கிய சட்டத்தில் குறிப்பிடப் பட்ட ஒரு சாதியையோ இனத்தையோ பழங்குடியையோ அல்லது சாதி இனம் பழங்குடி ஆகியவற்றின் பகுதியையோ அல்லது அவற்றிலுள்ள ஒரு குழுவையோ வகைப்படுத்தவோ அல்லது வகைப்படுத்தலை நீக்கவோ வழிவகை செய்யலாம்.

உச்சநீதிமன்றம் ஆந்திர மாநிலத்தின் நடைமுறையில் இருந்த வகைப்படுத்தலை தடை செய்து உத்தரவு பிறப்பித்த போது என்னென்ன சான்றுகளை என்னென்ன வழக்குகளை முன்வைத்து தனது தீர்ப்புகளை வழங்கியதோ அதே சான்றுகளை முன்வைத்து தான் வகைப்படுத்தலுக்கு ஆதரவான தனது வாதங்களை ஆணையம் முன்வைத்திருக்கிறது என்பதை அறிய முடிந்தது. உச்சநீதிமன்றம் தனது தீர்ப்பில் அம்பேத்கரின் எழுத்துக்களையும் வி.ஆர். கிருஷ்ணய்யரின் தீர்ப்புகளையும் மேற்கோள் காட்டி தனது தடையை பிறப்பித்தது. ஆணையமும் அவற்றையே முன்வைத்து தனது அறிக்கையை அளிக்கிறது. அவ்வாறே இந்திரா சஹானி வழக்கை ஆணையம் உச்சநீதி மன்றம் இரண்டுமே மேற்கோள் காட்டி தத்தமது வாதங்களை முன்வைக்கின்றன.

உச்சநீதிமன்றத் தீரப்புக்குப் பின்னேரே ஆணையம் தனது செயல்பாட்டைத் துவங்கியது என்பதால் உச்சநீதி மன்றத் தீரப்பில் முன்வைக்கப்பட்ட அனைத்து ஆட்சேபங்களையும் ஆணையம் நிதானமாகவும் சரியாகவும் அணுகி தனது பரிந்துரைகளைத் தெளிவாக முன்வைக்கிறது. ஆணையத்தின் அறிக்கை இப்போது தேசிய அட்டவணைச் சாதிகள் அட்டவணைப் பழங்குடிகள் ஆணையத்தின் (SC/ST கமிஷன்) முன்னால் பரிசீலனையில் இருக்கிறது. அவ்வாணையத்தின் பரிசீலனை முடிந்து நடப்பு நாடாளுமன்றக் கூட்டத் தொடரிலேயே அது விவாதத்துக்கு எடுத்துக் கொள்ளப்படும் என்று எதிர்ப்பார்க்கப்படுகிறது. ஆணையத்தின் அறிக்கை

தாழ்த்தப்பட்டவர்களிலும் இதுவரைப் புறக்கணிக்கப் பட்டவர்களின் மீதான கரிசனத்தோடு முன்வைக்கப் பட்டிருக்கிறது என்பதால் இதைப் புறக்கணிக்க எந்தக் கட்சியாலும் எந்தக் குழுவினராலும் முடியாது என்பதைச் சொல்லித் தெரிய வேண்டிய தில்லை. மொத்தத்தில் இதுவரை எல்லாராலும் புறக்கணிக்கப் பட்டவர்களின் நம்பிக்கையின் கால்களில் அது நடந்து வருகிறது.

மேலும் இவ்வறிக்கை தமிழ்நாட்டில் மேலெழும்பியுள்ள உள் ஒதுக்கீடு கோரிக்கையைப் பொறுத்த மட்டிலும் கூட முக்கியத்துவம் உடையதாகிறது. மாலா சாதியினரின் ஆட்சேபங்களுக்கு ஆணையம் தெரிவிக்கும் பதில்கள் தமிழ் நாட்டில் அருந்ததியர் உள்ஒதுக்கீடுக்கு எதிராக வைக்கப்படும் வாதங்களுக்கும் பொருந்தக் கூடியவை. அருந்ததியர்கள் மீது ஏனைய தலித் சாதிகள் கட்டவிழ்த்துவிடும் தீண்டாமை வன்கொடுமைகள் இன்னும் கூடுதல் அழுத்தத்தையும் அவசியத்தையும் ஆணையத்தின் அறிக்கைக்கு வழங்கக் கூடியவை.

எப்படியாயினும் நியாயப்பூர்வமான எதிர்ப்புகள் தெரிவிக்கப் பட முடியாத நிலையில் அரசின் நீதிமன்றத்தின் நிர்வாக ரீதியான நடைமுறைகளை முன்வைத்து முட்டுக்கட்டை போட முனைந்த மாலா சாதியைப் போன்றவர்களின் அத்தகைய முட்டுக்கட்டை யையும் முறியடிக்கும் விதமாக வந்துள்ள இவ்வறிக்கை அனைத்து சனநாயக சக்திகளாலும் வரவேற்கப்பட வேண்டிய ஒன்று என்பதில் ஐய்யமில்லை.

தலித் முரசு,
நவம்பர் 2008

தீர்ப்புகளின் சுருக்குகளோடு உள்ஒதுக்கீட்டை துரத்தி வரும் சாதியத்தின் வரலாறு

1

இந்தியா என்பது வினோதங்களின் தேசம். உலகெங்கும் ஏற்கத் தக்கதாய்க் கருதப்படுவது இங்கு கொலைபாதகமாய்க் கருதப்படும். உலகெங்கும் ஏற்கத்தகாததாகக் கருதப்படுவது இங்கு புனித மானதாகக் கொண்டாடப்படும். உலகெங்கும் அந்நிய விருந்தி னரைக் கைகுலுக்கி வரவேற்பர். இங்கு அந்நியரைக் குலம் கோத்திரம் தெரியாமல் தீண்டுதல் பாவம். எனவே மூச்சுக் காற்று மேலே படாமல் எட்டடி விலகி நின்று கரம் குவித்து வணக்கம் என வார்த்தையால் வரவேற்பர். வெயிலிலும், குளிரிலும், முள், ஆணி போன்றவற்றிடம் இருந்தும் பாதங்களைப் பாதுகாக்க காலணிகள் அணிவது உலகெங்கிலும் நாகரீகமாய்க் கருதப்படும். இந்தியாவில் அப்பழக்கம் ஆதிக்கச் சாதியினரால் மட்டுமே பின்பற்றப்பட வேண்டியது. அதை மீறி கீழ்ச் சாதி எனக் கருதப் படுபவர் அப்பழக்கத்தை மேற்கொண்டால், அத்தகையவரைக் கட்டுப்படுத்துவதும், தண்டிப்பதும் சாதி இந்து நாகரீகம். தூய்மையாக உடுத்துவது, பாதுகாப்பான வீடுகளைக் கட்டிக் கொள்வது, தேவையான உணவை உட்கொள்வது, முடிவெட்டிச் சுகாதாரமாக இருப்பது என அடிப்படையான எல்லா கூறுகளையும் அடித்தட்டு மக்களுக்கு மறுதலித்து, அவர்களைத் தொடர்ந்து கண்காணித்து வருவதென்பது இந்தியாவின் பொதுவான சாதி இந்து நாகரீகம்.

இந்தச் சாதி இந்து நாகரீகத்தைப் பேணிப் பாதுகாப்பதற்கு சாதி இந்துச் சமுகம் வெறுமனே வன்முறையையும், மிரட்டலையும் மட்டுமே நம்பியிருக்க வேண்டுவதில்லை.

அடித்தட்டு மக்களைப் பெரும்பான்மையாகக் கொண்ட பொது மக்களின் வியர்வையிலும், பணத்திலும் நடத்தப்பெறுகின்ற ஊடகங்கள், நீதித்துறை ஆகிய துறைகளும் சாதி இந்துக்களின் படைக்கலன்களில் பிரதானமான வையாய் உள்ளன. இட ஒதுக்கீட்டுக்கு எதிரான தீர்ப்புகள், அனைத்துச் சாதியினரும், அர்ச்சகராவதற்கு எதிரான தீர்ப்பு, பாபர் மசூதி வழக்கிலான சாதிப் பஞ்சாயத்து தன்மையிலான தீர்ப்பு என அப்படைக் கலன்கள் பல்வேறு தருணங்களில் பொது நீதிக்கு எதிராய்ப் பயன்படுத்தப் பட்டிருக்கின்றன. டிராபிக் ராமசாமி, சுப்பிரமணியன்சாமி என அடிக்கடி நீதிமன்றத்தை அணுகுவோரை அடையாளம் கண்டாலே இந்த உண்மை நமக்கு விளங்கிவிடும். சமீப காலமாய் இங்ஙனம் தமக்குக் கீழே உள்ள சாதியை கீழேயே நிலை நிறுத்தி வைக்கும் உத்தேசத்தில் நீதிமன்றத்தை நாடும் போகில் இறங்கி ஒரு சாதி இந்துவாய் நடந்து கொள்ளும் போக்கில் தாழ்த்தப்பட்ட சாதிகள் என்பவையும் கூட ஈடுபடுகின்றன என்பது வெட்கப்பட வேண்டிய ஒரு செய்திதான்.

உயர்சாதியினர் எனப்படுபவர்கள் தன் சுயநலன்களுக்கு ஆதராவாக இடஒதுக்கீட்டுக்கு எதிராக வாதாடுவதையே வழக்க மாகக் கொண்ட அதே வழக்கறிஞரைத் தாங்களும் தேர்ந்து கொண்டு பள்ளர் சாதியைச் சேர்ந்த பி. ராஜசேகர், சுப்பையா என்கிற இருவர் அருந்ததியர் உள்ஒதுக்கீட்டுக்கு எதிராக சென்னை உயர்நீதிமன்றத் தின் மதுரை கிளையில் வழக்கு தொடுத்தது அத்தகைய போக்கின் தொடர்ச்சி எனவே கொள்ளத்தகுந்தது. இவ்வழக்கின் மீதான தீர்ப்பு 3.2.2011 அன்று வெளியானது. “அருந்ததியர்களுக்கு உள்ஒதுக்கீடு வழங்கும் தமிழக அரசின் சட்டத்தைக் கேள்விக்குள்ளாக்குவது என்பது அதைப்போன்ற பஞ்சாப் சட்டமன்றம் இயற்றிய சட்டத்தின் மீது உச்ச நீதிமன்றம் தனது தீர்ப்பை வழங்கிய பின்னரே செய்ய முடியும், அத்தீர்ப்பு வரும் வரைப் பொறுத்திருப்பதுதான் நியாயமானதாகவும், பொருத்தமானதாகவும் இருக்கும்.’’ என்று தமது தீர்ப்பில் நீதிபதிகள் என். பால் வசந்தகுமார். ஆர். சுப்பையா ஆகியோர் தெரிவித்திருக்கின்றனர். இச்சூழலில், பஞ்சாப் வழக்கு விவகாரத்தை மட்டுமல்லாது, இந்தியா முழுமைக்கும் இவ்வித மான உள்ஒதுக்கீடு தொடர்பான நிலவரங்களைத் தொகுத்துப் பார்க்கும் முயற்சியாய் இக் கட்டுரையை அமைத்துக் கொள்கிறேன்.

2

கடந்த நூற்றாண்டின் துவக்கத்தில் இந்தியாவில் நிகழ்ந்த அரசியல், சமுக மாற்றங்களில் தலித் சாதிகளின் எழுச்சியை முக்கியமானதாகச் சொல்ல முடியும், அவ்வெழுச்சியின் விளைவாக தலித்துகள், தங்கள் இருப்பை உறுதி செய்யும் விதமாக அரசியலமைப்புச் சட்ட ரீதியாகச் சில பாதுகாப்புகளை ஏற்படுத்திக் கொண்டதையும், இடஒதுக்கீட்டைப் பெற்றதையும் சாதிக்க முடிந்தது. அரை நூற்றாண்டுக் காலத்திற்குப் பிறகு தலித் சாதிகளுள்ளும் ஒப்பீட்டளவில் பின்தங்கியிருந்த சாதிகள் தங்களது பாதுகாப்பையும், நலன்களையும் முன்னிறுத்தத் தொடங்கிய போக்கு துவங்கியது. குறிப்பாகச் சொல்வது என்றால் 1970களில் இப்போக்கு தீவிரமடைந்தது. இச்சாதிகளின் கோரிக்கைகளில் பிரதான இடத்தை வகித்தது. அரசியலமைப்புச் சட்டம் தலித் சாதிகளுக்கு அளித்த இடஒதுக்கீட்டில் தமக்குரிய பங்கை வலியுறுத்தும் கோரிக்கையாக இருந்தது.

இந்தியாவில், தலித் சாதிகளுக்கான இடஒதுக்கீட்டில் தங்களுக் குரிய பங்கை தனியே கோரிப் பெறுவதில் வெற்றியடைந்த முதல் பிரிவினராக வால்மீகி சாதியினர் விளங்கினர். கியானி ஜெயில் சிங் தலைமையிலான பஞ்சாப் அரசு மே 5, 1975 அன்று ஒரு நிர்வாக ஆணையைப் பிறப்பித்தது. மாநில அரசின் கீழ் உள்ள பணி நியமனங்களில் தலித் சாதியினருக்கான இடஒதுக்கீட்ல் 50 சதவீதத்தை வால்மீகி களுக்கும் மஜாபி சீக்கியர்களுக்கும் ஒதுக்கி அவர்களுக்கு முன்னுரிமை வழங்க வேண்டுமென அவ்வாணை குறிப் பிட்டது.

அவ்வரசாணை ஏறத்தாழ இருபதாண்டுகள் நடைமுறையில் இருந்து வீந்த போதிலும் ஆந்திர மாநிலத்தில் வகைப்படுத்தி ஒதுக்கீடு வழங்கும் நடைமுறையை நவம்பர் 2004இல் உச்சநீதிமன்றம் தடைசெய்ததை தொர்ந்து காஜே சிங் என்ற சமார் சாதியை சேர்ந்தவர் பஞ்சாப் மற்றும் ஹரியானா உயர்நீதி மன்றத்தில் உச்சநீதிமன்ற தீர்ப்பின் படி பஞ்சாப் மாநிலத்தின் அரசாணை செல்லாது என அறிவிக்க வேண்டும் என ரிட் மனு தாக்கல் செய்தார். அதையொட்டி அவ்வரசாணை ஜீலை 25, 2006ல் தடை செய்யப்பட்டது. உடனே பாதிக்கப்பட்ட தலித் சாதிகள் பெரும் போராட்டத்தில் இறங்கின. அப் போராட்டங்களுக்குப் பலனளிக்கும் விதமாக 1975ஆம் ஆண்டின்

அரசாணை அக்டோர் 5, 2006இல் பஞ்சாப் சட்டமன்றத்தில் சட்டமாக நிறைவேற்றப்பட்டது. ஒரு அய்ந்தே நாட்களுக்குள் அதாவது அக்டோபர் 10, 2006இல் பஞ்சாப் மற்றும் ஹரியானா உயர்நீதிமன்றத்தில் ஹர்தீப் சிங் என்பவர் இச்சட்டத்தை எதிர்த்தும் வழக்கு தொடர்ந்தார். வழக்கம் போல நீதிமன்றம் இதையும் தடை செய்தது. இப்போது பஞ்சாப் மாநில அரசாங்கம் உச்ச நீதிமன்றத்தில் மேல் முறையீடு செய்து வழக்காடிக் கொண்டிருக்கிறது.

1980களின் துவக்கத்தில் உள்ஒதுக்கீடு கோரிக்கை தமிழ்நாடு உட்பட பல்வேறு மாநிலங்களிலும் தீவிரமாக வெளிப் பட்டாலும், ஹரியானா மாநிலத்தில்தான் இக்கோரிக்கை தனது அடுத்த வெற்றியை அடைந்தது. ஹரியானா வால்மீகி சபா என்ற அமைப்பு உள்ளிட்ட வால்மீகி மற்றும் பிற விளிம்புநிலைத் தாழ்த்தப்பட்டவர்களுக்கான அமைப்புகளின் போராட்டங் களுக்குப் பிறகு ஹரியானா மாநில அரசு நீதிபதி குர்னாம் சிங் என்பவரது தலைமையில் ஒரு கமிஷனை 1990ல் அமைத்தது. அக்கமிஷன் தனது அறிக்கையில் “வால்மீகி மற்றும் Block - A யில் வைக்கப்பட்டிருக்கிற மிகவும் வஞ்சிக்கப்பட்ட பிரிவு சாதிகளின் பொருளாதார நிலை மிகவும் மோசமாக உள்ளது. கல்வி நிறுவனங்களில் அச்சாதிகளைச் சேர்ந்தவர்களின் குழந்தைகளுக்கு சேர்க்கை விகிதமும் அரசு வேலைகளில் அவர்களது பிரதிநிதித்துவமும் கிட்டத்தட்ட ஒன்றுமே இல்லை என்றுச் சொல்லும் அளவிலே தான் இருக்கிறது என தெரிவித்தது. அதோடு பஞ்சாப் மாநில அரசு தாழ்த்தப்பட்ட சாதிகளை இரு தொகுப்புகளாகப் பகுத்து இடஒதுக்கீட்டுப் பலன்களை முன்னுரிமை அடிப்படையில் வழங்கிய அரசின் நிர்வாக ஆணை பஞ்சாப் மற்றும் ஹரியானா உயர்நீதிமன்றம் ஜீலை 5, 1980இல் சரியானதுதான் என தீர்ப்பளித்திருந்தது.

இச்சூழ்நிலையில் 9.11.1944இல் ஹரியானா மாநில அரசின் தலைமை செயலாளர் கீழ்க்கண்டவாறு நிர்வாக ஆணை வெளியிட்டார்.

1. அரசுப்பணிகளில் இடஒதுக்கீடு வழங்கும் நோக்கத்தில் ஹரியானா மாநிலத்தில் உள்ள அட்டவணைச் சாதிகள் Block - A மற்றும் Block - B என்று இரு பிரிவுகளாக வைக்கப்படுவர். சமார், ஜாதியா சமார், ராகாரா, ராய்கார், ராமதாசி அல்லது ரவிதாசி ஆகியவை Block - B யைச் சேர்ந்த சாதிகள் ஆகும்.

Block - A ஏனைய 36 அட்டவணைச் சாதிகளைக் கொண்டதாக இருக்கும்.

2. அரசுப் பணியிடங்களுக்கான நேரடி நியமனங்களில் அட்டவணைச் சாதிகளுக்காக ஒதுக்கீடு செய்யப்பட்டவற்றில் 50 சதவீத காலியிடங்கள் *Block - a* யில் உள்ள தேர்வர்களுக்கு வழங்கப்படும். ஒருவேளை *Block - A* யில் தகுதியான தேர்வர்கள் இல்லை என்றால், *Block - B* யில் உள்ள தேர்வர்களை இக்காலியிடங்களில் நிரப்பிக் கொள்ளலாம்.

இவ்வரசாணை ஜீலை 6, 2006 அன்று பஞ்சாப் மற்றும் ஹரியானா உயர்நீதிமன்றம் அதனை ரத்து செய்யும் வரை நடைமுறையில் இருந்தது. பஞ்சாபைப் போல் ஹரியானா மாநில அரசும் இவ்வரசாணையைச் சட்டமன்றத்தில் சட்டமாக இயற்ற வேண்டும் எனக் கோரி ஹரியானாவில் தீவிரமான இயக்கங்கள் நடந்தன என்பது அண்மைக்கால நிகழ்வு.

ஆந்திராவைப் பொறுத்தவரையில், 1974 ஆம் ஆண்டில் பிற்படுத்தப்பட்ட சாதிகளுக்கான (OBC) கல்வி இடஒதுக்கீட்டை, நான்கு குழுக்களாக வகைப்படுத்தி அந்தச் சாதிகளுக்குள் பிரித்து வழங்க ஆந்திர மாநில அரசு உத்தரவு வழங்கியது. அதைத் தொடர்ந்து அம்மாநிலத்தில் உள்ள மாதிகா சாதியைச் சேர்ந்த சட்டமன்ற உறுப்பினர்கள் அன்றைய முதல்வராய் இருந்த ஜெ. வெங்கல்ராவைச் சந்தித்து தலித் சாதிகளுக்கான இட ஒதுக்கீட்டையும் அவ்வாறு பிரித்து வழங்க கோரினர். அவர்களின் கோரிக்கைக்குப் போதிய வலு இல்லாததினால் அப்போதைக்கு அவர்களின் கோரிக்கை வெற்றி பெறவில்லை. மாதிகா சாதியினரின் இக்கோரிக்கை எழுக்காரணமாய் அமைந்தவை பஞ்சாப் மாநில அரசின் நிர்வாக ஆணையும், ஆந்திர மாநில அரசின் பிற்படுத்தப் பட்ட சாதியினரின் இடஒதுக்கீட்டை வகைப்படுத்தி வழங்கிய நடவடிக்கையும் அமைந்தன என்றுச் சொல்லலாம்.

ஹரியானாவில் நிர்வாக ஆணை பிறப்பிக்கப்பட்ட அதே 1994ஆம் ஆண்டில் ஆந்திராவில் துவங்கி எழுச்சி பெற்ற மாதிகா ரிசர்வேசன் போராட்ட சமிதி (mrps) போன்ற அமைப்புகள் முன்னெடுத்த போராட்டங்களின் வீச்சு காரணமாக அரசு மாதிகாக்களின் கோரிக்கையை ஏற்றுக் கொண்டது. 10.9.1996 அன்று இதுகுறித்து ஆராய நீதியரசர் ராமகிருஷ்ண ராஜீ

தலைமையில் ஒரு கமிஷன் அமைக்கப்பட்டது. அக்கமிஷன் தனது அறிக்கையை மே 26, 1997இல் அரசிடம் வழங்கியது. அதைத் தொடர்ந்து ஜீன் 7, 1997இல் வகைப்படுத்தி ஒதுக்கீடு வழங்கும் அரசாணையை ஆந்திர மாநில அரசு வெளியிட்டது.

இதை எதிர்த்து மாலா சாதியினர் ஆந்திர உயர்நீதிமன்றத்தில் வழக்கு தொடர்ந்தனர். இவ்வரசாணையைப் பிறப்பிப்பதற்கு முன்பாக மாநில அரசு SC/ST கமிஷனை கலந்தாலோசிக்கவில்லை என்பதைக் காரணமாகச் சொல்லி உயர்நீதி மன்றம் இவ்வர சாணைக்குத் தடை விதித்தது. அதைத் தொடர்ந்து மார்ச் 1998இல் மாநில அரசு SC/ST கமிஷனை அணுகியது. அப்போது SC/ST கமிஷனராக இருந்த திரு. அனுமந்தப்பா கர்நாடகா மாநிலத்தில் உள்ள ஹொலையா சாதியை சேர்ந்தவர், கர்நாடகா மாநிலத்தில் ஹொலையா சாதியினர் இடஒதுக்கீட்டின் பெரும்பான்மைப் பலன்களைக் கைப்பற்றிவிடுவதால் தங்களுக்குத் தனி உள் இடஒதுக்கீடு வழங்க வேண்டுமென மாதிகா சாதியினர் குரல் எழுப்பியிருந்த சூழலில் திரு. அனுமந்தப்பா ஆந்திர மாநில அரசின் கோரிக்கையை நிராகரித்து விட்டார். தனது நிராகரிப்புக்கான காரணமாக ராமகிருஷ்ண ராஜீ கமிஷன் அறிக்கையின் போதாமை யைக் குறிப்பிட்டுருந்தார்.

அதைத் தொடர்ந்து வலுவான போராட்டங்களின் விளைவாக 2000 ஆம் ஆண்டின் மே மாதத்தில் வகைப்படுத்தி ஒதுக்கீடு வழங்குவதற்கான அவசரச் சட்டத்தை ஆந்திர மாநில அரசு மாலா சாதியினரின் விடாப்பிடியான சட்ட ரீதியிலான முட்டுக்கட்டை களைத் தொடர்ந்து நவம்பர் 2004இல் அந்நடைமுறை அம் மாநிலத்தில் முடிவுக்கு வந்தது.

ஆந்திர மாநிலத்தில் எழுந்த போராட்டங்களின்வீச்சு தமிழ்நாடு, கர்நாடகா, பாண்டிச்சேரி ஆகிய அண்டை மாநிலங்களிலும் ஒரு பெரிய தாக்கத்தை ஏற்படுத்தியது. கர்நாடகா மாநிலத்தைப் பொறுத்த வரையிலும், உள் ஒதுக்கீடு கோரிக்கை ஒரு மிகப்பெரிய எழுச்சியை மாதிகா சாதியினரிடம் ஏற்படுத்தியிருந்த சூழலில், 2004ஆம் ஆண்டு நீதியரசர் சதாசிவம் தலைமையில் உள்ஒதுக்கீடு வழங்குவது குறித்து ஆராய ஒரு கமிஷன் அமைக்கப்பட்டது. இது குறித்து ஆய்வு செய்து பரிந்துரை வழங்குவதற்கான கால அவகாசமாக இரண்டு ஆண்டுகள் என நிர்ணயிக்கப்பட்டது. இதற்கிடையில், இன்று இந்திய அளவில் தலித்துகளின் நம்பிக்கையாக விளங்குகிற

பகுஜன் சமாஜ் கட்சியின் எழுச்சி அம்மாநிலத்தை வந்தடைந்து. அந்த அலையில் மாதிகா சாதியினர் பெருமளவுக்கு ஈர்க்கப்பட்டு பங்கு கொண்டனர். கர்நாடகாவில் உள்ள தலித் சாதியினரில் பெரும்பான்மை மக்கள் தொகை கொண்ட சாதியினராக மாதிகாக்கள் விளங்குவதால், இந்நகர்வு தவிர்க்க முடியாத ஒன்றாகவே இருந்தது. இதன் விளைவாக மாதிகாக்களின் தனி ஒதுக்கீடு கோரிக்கைக்கு இருந்த அழுத்தம் வெகுமளவுக்குக் குறைந்து விடக்கூடிய அளவுக்கு, பகுஜன் சமாஜ் கட்சியின் அரசியல் அதிகாரத்தைக் கைப்பற்றுவது என்ற முழக்கத்தின் மீதான ஈர்ப்பு இருந்தது. இத்தகைய விலகல் போக்கின் காரணமாக கர்நாடகா மாநில அரசு அமைத்த சதாசிவம் கமிஷனின் செயல்பாடு ஊக்குவிக்கப்படவில்லை. அதனால் அக்கமிஷன் தனது பணிக்காலமான இரண்டு ஆண்டுகள் என்ற கால வரையறை கடந்துவிட்ட பின்னரும் தனது பரிந்துரைகளுடன் கூடிய அறிக்கையை அரசிடம் அளக்கவும் இல்லை. இப்போது அக்கமிஷன் செயல்படவும் இல்லை. கர்நாடகா மாதிகா, சாதியினருக்கு நேர்ந்த மிகப் பெரிய பின்னடைவு எனவே இதைக் கருத வேண்டியிருக்கிறது.

பீகார் மாநில அட்டவணைச்சாதிகள் பட்டியலில் 22 சாதிகள் உள்ளன. அவற்றுள் துப்புரவுப் பணியைச் செய்கிற டோம், பங்கி, உள்ளிட்ட சாதிகள் தங்களை மகாதலித்துகள் என வரையறுத்து தங்களுக்குத் தனி ஒதுக்கீடு வழங்க வேண்டுமெனக் கோரின. நிதிஷ்குமார் தலைமையிலான அரசு 2007 ஆம் ஆண்டு தலித் சாதிகளின் பட்டியலில் இருந்து டோம், பங்கி, முஷர், பாவ்ரி உள்ளிட்ட 18 சாதிகளை மகாதலித்துகள் என வரையறுத்து உத்தரவு வழங்கியது. அச்சாதிகள் கோரியது போல் தனி ஒதுக்கீடு வழங்க வில்லை என்றாலும் கூட, அதற்குப்பதிலாக ரூ 4,000 கோடி நிதி ஒதுக்கி அவர்களின் முன்னேற்றத்துக்குத் தேவையான நடவடிக்கைகளை எடுக்க உத்தரவிட்டது. அதற்காக மகாதலித் அயோக் (ஆணையம்) என்ற ஆணையத்தையும் அமைத்து மேற்கண்ட சாதிகளின் முன்னேற்றத்தைக் கண்காணிக்க ஏற்பாடு செய்திருக்கிறது. மகாதலித் என்ற பட்டியலுக்கு வெளியே, சமார், பாஸ்வான், பாசி (கல் இறக்கும் சாதி) டோபி முதலான சாதிகள் வைக்கப்பட்டன. இவற்றுள் பாசி, டோபி முதலிய சாதிகள் முதலிலும் சமார் சாதி அதைத் தொடர்ந்தும் மகா தலித் என்ற பிரிவிற்குள் சேர்க்கப்பட்டன. பாஸ்வான் என்கிற சாதி மட்டுமே

தற்போது அவ்வரையறைக்குள் கொண்டு வரப்படாத ஒரே தலித் சாதியாகத் தற்போது இருக்கிறது.

ராஜஸ்தான் மாநிலத்திலும் வால்மீகி சாதியினர் தங்களுக்குத் தனி ஒதுக்கீடு வழங்க வேண்டும் எனக் கோரி வருகின்றனர். தங்களது கோரிக்கையை நடைமுறைப்படுத்த வேண்டுமென அம்மாநில உயர்நீதிமன்றத்தில அவர்கள் வழக்கு தொடர்ந்தனர். அம்மாநில உயர்நீதிமன்றம் அவ்வாறு தனி ஒதுக்கீடு வழங்கத் தனக்கு அதிகாரம் இல்லை எனத் தீர்ப்பு வழங்கியது. எனவே அங்கும் தனி ஒதுக்கீட்டை வலியுறுத்தி இயக்கங்கள் நடத்தி வருகின்றன.

டெல்லி மாநிலத்திலும் ஜாதவ் சாதியினர் இடஒதுக்கீட்டின் பலன்களை முழுமையாகக் கைப்பற்றிக் கொள்வதால் தங்களுக்குத் தனி ஒதுக்கீடு வழங்க வேண்டும் என்ற கோரிக்கை வால்மீகி சாதியைச் சேர்ந்த அறிவு ஜீவிகளிடம் எழுந்து, அதையொட்டி கருத்தரங்குகள் நடத்தப்படுகின்றன.

மஹாராஷ்ட்ரா மாநிலத்தில் உள்ள மாதங்கி எனப்படும் மாங்கு சாதியினரும் உள்ஒதுக்கீடு கோரிக்கைய முன்வைக்கின்றனர். இம்மாநிலங்களில் எல்லாம் உள்ஒதுக்கீடு கோரிக்கை நீண்ட காலமாக இருந்து வந்தாலும் அந்தந்த மாநிலத்தில் மகர், சமார் போன்ற சாதியைச் சேர்ந்த அரசியல்வாதிகளின் அணி சேர்க்கை உள்ஒதுக்கீடு கோரிக்கை வேகம் பெற்றுப் பலனளிக்கும் விதமாய் உருப்பெற்று விடாமல் கவனமாய் பார்த்துக் கொள்கிறது.

தமிழ்நாட்டில் உள்ஒதுக்கீடு கோரிக்கை எழுந்த ஆரம்ப காலங்களில் உதட்டளவில் அதனை ஆதரித்துச் சவடால் அடித்துக் கொண்டிருந்த தலித் தலைவர்கள் அக்கோரிக்கை வேகமெடுத்த காலத்தில் தடால் தடால் என பல்டி அடித்த விநோதங்களைப் பார்த்துக் கொண்டிருந்தோம். அப்போது மென்று முழுங்கிக் கொளண்ருந்தவர்கள் எல்லாம் இப்போது பட்டவர்த்தனமாக வெளியே வந்து “தங்கராயன் பீடி வலிக்கிறான் அதனால நாடகத்த நிறுத்து'' என்பது போல ஏதேதோ சொல்லிக் கொண்டிருப்பதையும் பார்க்கிறோம். நாங்கள் தலித்துகள் அல்ல. வேளாளர்கள் எங்களை அட்டவணைச் சாதியிலிருந்து விடுவித்து சாதி இந்துக்கள் பட்டியலில் இணைக்க வேண்டும் என குரல் எழுப்பிக்

கொண்டிருந்தவர்கள் மத்தியில் இருந்துதான் உள்ஒதுக்கீடு சட்ட விரோதம் அடுக்காது என உயர்நீதிமன்றத்தில் வழக்கு தொடுத்தவர்களும் வந்தார்கள் என்பது உலகமே ஒரு நாடக மேடை என்பது போன்ற தத்துவார்த்தத்தைப் புரிய வைப்பதாய் இருந்தது.

3

இந்தியாவின் பல்வேறு மாநிலங்களிலும் தனிஒதுக்கீடு, உள்ஒதுக்கீடு குழுக்களாக வகைப்படுத்தி இடஒதுக்கீட்டைப் பிரித்து வழங்குவது என்று பல்வேறு வடிவங்களில் உள்ஒதுக்கீடு கோரிக்கை தலித் சாதிகளில் மிகவும் நலிவுற்ற சாதிகளிடம் இருந்து தொடர்ச்சியாகவும், பரவலாகவும் வந்து கொண்டிருகிறது. இடஒதுக்கீட்டில் தமது பங்கை வலியுறுத்தி இப்பிரிவினர் எழுப்பும் போராட்ட முழக்கங்களை எவ்வாறு அணுகுவது என்பது ஒட்டு மொத்த தலித் அரசியல் குறித்து கரிசனம் கொண்டோர் முன்னிருக்கும் ஒரு முக்கியமான கேள்வியாக இருக்கிறது.

இப்போக்கு குறித்து ஏற்கனவே ஓரளவு அதிகாரம் பெற்றுவிட்ட தலித் சாதிகளைச் சேர்ந்தவர்கள் மத்தியில் கடும் அதிருப்தியே நிலவுகிறது. தாங்கள் இதுவரை கண்ணெடுத்தும் பார்த்திராத தங்கள் சகோதர சாதிகளின் மீது அவர்களுக்குக் கண்மண் தெரியாமல் கோபம் வருகிறது. அக்கோபத்தில் அவர்களுக்குத் தாங்கள் அவர்களது இடஒதுக்கீட்டுப் பலன்களையும் ஏறத்தாழ கடந்த அறுபத்தைந்து ஆண்டுகளாக அனுபவித்து வந்திருக்கிறோம் என்கிற உண்மை மறந்து போய் விடுகிறது. மாறாக தம்பி பொண்டாட்டி தன் பொண்டாட்டியே என்கிற மாதிரி இச்சகோதர சாதிகளுக்கு இடஒதுக்கீடு வழங்கப்பட்டதே தாங்கள் அனுபவிக்கத்தான் என்கிற மனநிலையே அவர்களிடம் தோன்றுகிறது.

அதன் காரணமாக உள் ஒதுக்கீட்டை எதிர்க்க எல்லா மாநிலங்களிலும் ஒரே மாதிரியாக நான்கு குற்றச்சாட்டுக்களை முன் வைக்கின்றனர். அவை

1. உள்ஒதுக்கீட்டை கோருவது தலித்துகள் ஒற்றுமையைக் குலைக்கும் உள்நோக்கமும், அபாயமும் கொண்டது.

2. இக்கோரிக்கை ஆதிக்கச்சாதியினரின் சதி காரணமாக எழுப்பப் படுகிறது. ஆதிக்கச் சாதியினரின் கைக் கூலிகளாக தங்களது முன்னேற்றத்தை வேண்டி நிற்கும் நலிந்த தலித் சாதிகள் திகழ்கின்றனர்.

3. தகுதி திறமை இல்லாத அற்பர்களின் கோரிக்கையே உள்ஒதுக்கீடு இதன் காரணமாக தகுதியின்மையும், திறமையின்மையும் கோலோச்ச நேரிடும்

4. உள்ஒதுக்கீடை நடைமுறைப்படுத்துவதற்கு முன்நிபந்தனை யாக பின்னடைவுப் பணியிடங்களை நிரப்புவது இருக்க வேண்டும்.

மேற்கண்ட குற்றச்சாட்டுகளுக்கு எல்லாம் பதில் அளித்து மாமாங்க காலம் ஆகிறது என்றால் பதில் எல்லாம் தேவையில்லை எனக்கு கேள்வி கேட்க மட்டும்தான் தெரியும், பதிலை செவி மடுக்கும் காதுகள் எனக்கு இல்லை அல்லது தேவையில்லை என்கிற மாதிரி அந்த தேய்ந்து போன ரெக்கார்டை திரும்பத் திரும்ப ஓடவிடுகிறார்கள்.

பதிலைத்தான் கேட்க மாட்டேன் என அடம்பிடிக்கிறார்களே என்று இம்முறை நாமும் கேள்விகளாகவே சிலவற்றைக் கேட்டு வைப்போம். தமிழ்நாடு உள்ளிட்டப் பல்வேறு மாநிலங்களிலும் எல்லா தலித் சாதிகளின் நிலையும் ஒரே மாதிரியானதாக இருக்கிறதா? பின்தங்கியுள்ள நலிந்த தலித் சாதிகளின் மீது ஒப்பீட்டளவில் முன்னேறிய தலித் சாதிகளின் அணுகுமுறை பிற சாதி இந்துக்கள் தலித் சாதிகளை அணுகுவதை விட வேறுபட்டதாகவாவது இருக்கிறதா? குறைந்த பட்சம் அவர்கள் மீது சாதிய வன்கொடுமைகளும், படுகொலைகளும் நீங்கள் பிரதிநிதித்துவம் செய்யும் சாதிகளால் கட்டவிழ்த்துவிடப் படாமல் இருக்கின்றனவா?

அவ்வாறு வன்கொடுமைகளும், படுகொலைகளும் நிகழ்ந்த போது நீங்கள் என்ன செய்து கொண்டிருந்தீர்கள் என்று நினைவிருக்கிறதா? மருத்துவர், பொறியாளர் உள்ளிட்ட கல்விப் படிப்புகளிலும், எம்.எல்.ஏ, மந்திரி உள்ளிட்ட அரசியல் பதவிகளிலும் எந்தெந்த ஆண்டுகளில் பின்னவைப் பணி யிடங்கள் இருந்தன? அவற்றில் இன்னும் எத்தனை நிரப்பப் படாமல் இருக்கின்றன? எம்.எல்.ஏக்கள், எம்பிக்கள், மந்திரிகள்

மற்றும் பிற உயர் பதவிகளில் எங்களது பிரதிநிதிகளின் பங்கையும் தலித் ஒற்றுமைக்கு விலையாய் கொடுத்துவிட்டு அவர்களது மாமனாய், மச்சானாய், பங்காளியாய் இருக்கின்ற தகுதியும், திறமையும் வாய்க்காததால் ஏமாறிப் போன அருந்ததியர்களைப் போன்ற நலிந்த தலித் சாதியினரிடம் தகுதி, திறமை என்ற பார்ப்பனீய பசப்பலை எந்தத் தைரியத்தில் முன்வைக்கிறீர்கள்?

4

தமிழ் நாட்டிலும் இந்திய அளவிலும் இட ஒதுக்கீடு என்பதை ஒவ்வொரு குறிப்பிட்ட பிரிவினரும் தங்களது திரட்சியைக் கட்டி எழுப்புவதற்கான ஒரு முக்கிய கோஷமாக முன் வைத்திருக்கின்றனர். 1916இல் தென்னிந்திய நல உரிமைச் சங்கம் முன் வைத்த பார்ப்பனர் அல்லாதோர் அறிக்கை (Non Brahmin Manifesto) அடிப்படையில் இட ஒதுக்கீட்டை முன்வைத்தாகவே இருந்தது. அதன் விளைவாக பார்ப்பனர் அல்லாதார் என்போர் வெறுமனே இடஒதுக்கீட்டை மட்டும் சாதிக்கவில்லை. இன்று மாநில அளவில் அதிகாரம் பார்ப்பனர் அல்லாதார் கைகளில் மாறியிருக்கிறது. எண்பதுகளில் வன்னியர் சங்கம் முன்வைத்த தனி ஒதுக்கீடு கோரிக்கை மிகவும் பிற்படுத்தப்பட்டவர் களுக்கான தனி இடஒதுக்கீட்டைப் பெற்றுத் தந்ததோடு மட்டுமல்லாமல் இன்று அரசதிகாரத்தில் வன்னியர் களுக்குக் குறிப்பிடத்தக்க பங்கை வாங்கித்தந்திருக்கிறது. எனவே இடஒதுக்கீடு என்னும் கோரிக்கையை வெறுமனே சில குறிப்பிட்டப் பணியிடங்களை அந்தக் குறிப்பிட்ட பிரிவினருக்குப் பெற்று தருகிற ஒரு கோரிக்கையாக மட்டும் பார்ப்பது அர்த்தமற்ற ஒன்று. அரசியல் அதிகாரத்தை நோக்கி வைக்கப்படுகிற முதல் அடியாகவே இட ஒதுக்கீடு கோரிக்கை இருந்து வருகிறது.

ஏற்கனவே ஓரளவு அமைப்பாகத் திரண்டுவிட்ட சமார், மகர், மாலா, ஹொலையா, பஸ்வான், பறையர், பள்ளர் போன்றச் சாதிகளைப் பொறுத்தவரை கடந்த 65 ஆண்டுகளாக நடைமுறைப் படுத்தப்பட்டு வரும் இடஒதுக்கீடு போன்ற வற்றின் பயன்களைப் பெருமளவுக்குப் பயன்படுத்தி குறிப்பிடத்தக்க அளவில் ஒரு மத்திய தர வர்க்கம் இச்சாதிகளுள் உருவாகி விட்டிருக்கிறது. இம்மத்தியதர வர்க்கத்தினர் ஆட்சியதிகாரத்தைக் கைப்பற்றக் கூடிய அளவுக்குப்

பொருளாதாரத்தில் வலுவாக இல்லை. எனவே மொத்த தலித் மக்கள் தொகையை ஆதாரமாகக் கொண்டு ஆட்சி அதிகாரத்தைக் கைப்பற்றும் கனவில் இருக்கிறார்கள். தங்களுடைய இந்தக் கனவை அடைய தாங்கள் இதுவரை ஏறெடுத்தும் பார்த்திராத ஏனைய நலிந்த தலித் சாதிகள் நிபந்தனையற்ற அளவில் அவர்களுக்கு ஏணிகளாக இருக்க வேண்டும் என எதிர்பார்க்கிறார்கள். அந்த எதிர்பார்ப்புக்கு நலிந்த தலித் சாதிகளில் இத்தகைய உள்ஒதுக்கீடு போன்ற கோரிக்கையைப் பெரும் இடைஞ்சலாகப் பார்க்கிறார்கள். ஏணிகள் தாங்களும் உயரத்துக்கு போக வேண்டும் என ஆசைப்படலாம். என்னத்தான் உயிரும், உணர்ச்சியும் உள்ள மனிதர்களாக இருந்தாலும் இந்த நலிந்த தலித் சாதிகள் தாங்கள் ஏணிகள் என்பதை சரியான தருணத்தில் மறந்து விடுகின்றனவே. எனவேதான் ஒருவிதமான எரிச்சலுடன் ஒட்டுமொத்த தலித்துக்கும் சேர்த்து தலைமை குத்தகை எடுத்தவர்களும், அறிவு ஜீவித்தனத்தை குத்தகைக்கு எடுத்தவர்களும் இத்தகைய குரல் எழுப்புவோர்களைப் பார்க்கிறார்கள்.

தலித் மக்களின் கைகளில் அதிகாரம் வரவேண்டும் என எதிர் பார்ப்பது நியாயமான ஒன்றுதான். அதற்கு நலிந்த தலித் சாதிகளின் நலன்களைப் பலியிடுவதை விலையாகக் கொடுப்பது என்பதுதான் இங்கு பிரச்சனையாக முன் நிற்கிறது? சரி இதுவரை போனது போகட்டும் இனிமேல் இத்தகைய நலிந்த தலித் சாதியினருக்கு என்ன தரப்போகிறார்கள் என்பதைப் பார்த்தால் அதுவும் நம்பிக்கை அளிக்கும் விதமாக இல்லை. தலித் ஒன்றைக் கேட்க வேண்டும். தலித் மக்களுக்கு (அதாவது தான் சார்ந்த சாதி மக்களுக்கு) அதிகாரம் வேண்டும் என முழங்கும் இவர்கள் அந்த அரசியல் அதிகாரத்தை வென்றெடுக்க ஒன்றுக்கு பத்தாய் அரசியல் கட்சிகளை வைத்திருக்கிறார்கள். இப்போது இருக்கும் சொற்ப அதிகாரம் மட்டுமின்றி, இனிமேல் வரப்போகிற அரசியல் அதிகாரமும் அக்கட்சியின் மேல்மட்ட தலைவர்கள் என்பவர்களிடம்தான் இருக்கிறது. இருக்கப் போகிறது, அந்தக் கட்சி அமைப்பில் இத்தகைய நலிந்த தலித் சாதிகளுக்கான பிரதிநிதித்துவத்தை எந்த மட்டத்தில், எந்தப் பதவிகளில் வழங்கியிருக்கிறீர்கள். நியாயமாகவும் மனச் சான்றுடனும் கூடிய பதிலை உங்களால் கூற முடியுமா? வேண்டுமானால் பதிலுக்குப் பதிலாக இன்னொரு அவதூறைத் தூக்கி வந்து வீசி எறிவீர்கள் அவ்வளவுதானே? வீசிவிட்டுப்

போங்கள்! ஆனால் என்ன நியாயங்களை முன்னிட்டு எந்த உத்தேசத்தில் அருந்ததியர்களின் முயற்சிகளுக்கு உங்களது ஆட்சேபங்கள் வருகின்றன என்பதைச் சொன்னால் புண்ணியமாகப் போகும்.

தமிழ்நாட்டிலுள்ள அருந்ததியர்களைப் பொறுத்த மட்டிலும் அவர்களது பிரச்சனை ஏனைய தலித்களின் பிரச்சனைகளை விட தீவிரமானது. உடனடியான தலையீட்டைக் கோருவதாக இருப்பது. அவற்றில் தலையானவை அவர்களது பிரதிநிதித்துவம் எல்லா மட்டங்ககளிலும் இருக்க வேண்டும் என்பது. 1930ஆம் ஆண்டிற்கு பிறகு தமிழ்நாட்டில் மின்சாரமும், மிமோட்டாரும் பயன்பாட்டிற்கு வந்த பிறகு அவர்களின் வாழ்வாதாரமாய் விளங்கிய தோல்பறி, காலணிகள் முதலியவை தயாரிக்கும் அவர்களது தோல் தொழில் நசிவடைந்த போது சட்டமன்றங்களிலும், நாடாளுமன்றங்களிலும் அவர்கள் சார்பாகப் பேச அவர்களுக்கு என்று எந்த பிரதிநிதித் துவமும் இல்லை. ஏனைய தலித் பிரதிநிதிகள் என்பவர்கள் தங்கள் சுயசாதி நலன்களையே பொதுவான தலித் நலன்கள் என்று முன்னிறுத்தி முழங்கிக் கொண்டிருந்தார்கள். இனிமேலும் இது போலத்தான் நடக்க வேண்டுமா? தங்களுக்கான பிரதிநிதிகளைத் தாங்களே தங்களிடமிருந்து அனுப்பி வைக்க வேண்டுமென அருந்ததியர்கள் நினைக்கக் கூடாதா?

அவ்வாறு அவர்கள் அனுப்பிவைக்க எண்ணும் பிரதிநிதிகள் என்பவர்கள் எங்கிருந்து வருவார்கள்? ஏனைய தலித் சாதிகள் தங்கள் பிரதிநிதிகளை இவர்களுக்குப் பதிலாக அனுப்பிவைத்து, அவர்கள் மண்ணையும், வேரையும் நோண்டி தங்களுக்கு உகந்த விதத்தில வியாக்கியானங்கள் சொல்லிக் கொண்டிருக்க, சாக்கடையையும், மனித மலத்தையும் நோண்டி கொண்டி ருக்கும், அறியாமையும், அப்பாவித் தனமும் நிறைந்த அடிமட்ட அருந்ததியர்களிடம் இருந்து அருந்ததியர்களின் பிரதிநிதித்துவம் வர வேண்டுமா? ஏனைய தலித் சாதி பிரதிநிதிகள் என்பவர்கள் அறிவும், அருந்ததியர்களுக்கு எதிரான மனநிலையும் கொண்டவர்களாக இருக்கும் போது, அருந்ததியர் களின் பிரதிநிதிகள் கைநாட்டுகளாக இருப்பது ஆபத்தானது இல்லையா? கல்வியும் வாழ்வும் மேம்பாடு அடைந்து, விழிப் புணர்வு கொண்ட அருந்ததியர்களின் பிரதிநிதிகள் வேண்டு மென்றால் அவர்களுக்கு உள்ஒதுக்கீடு வழங்க வேண்டாமா?

அல்லது கோட்டும் சூட்டும் மாட்டிய அருந்ததியர்களை வேறு உலகத்தில் இருந்து வானூர்தியில் கொண்டு வந்து இறக்கலாம் என்றுச் சொல்லுகிறார்களா? நமக்கு ஒன்றும் விளங்கவில்லை.

ஆட்சேபங்களை எழுப்புபவர்கள் என்ன வேண்டுமானாலும் உளறிக் கொண்டிருக்கட்டும். சமுகத்தின் ஒரு பகுதி மக்கள் துயரத்திலும், வறுமையிலும், இழிவிலும் உழன்று கொண்டிருக்கையில் அவர்களது மேம்பாட்டுக்கு உகந்த நடவடிக்கைகள் எடுப்பதே ஒரு மக்கள் நல அரசின் கடமையும், பொறுப்பும் ஆகும். அப்பொறுப்பின் அடிப்படையில்தான் அருந்ததியருக்கு உள் ஒதுக்கீடு வழங்கித் தமிழக அரசு சட்டம் இயற்றியிருக்கிறது. அச்சட்டத்தை சுயநல சக்திகள் தட்டிப் பறிக்க சனநாயக சக்திகள் அனுமதிக்கக் கூடாது. ஏனென்றால் சமத்துவம் என்பது சனநாயகத்தின் அடிப்படைக் கூறாக இருக்கிறது.

வெள்ளைக் குதிரை,
ஏப்.-மே 2011

உள்ஒதுக்கீட்டை விழுங்க ஊர்ந்து வரும் பார்ப்பனியப் பாம்புகள்

முத்துப்பட்டனின் கதை நம்மில் நிறைய பேருக்குத் தெரிந்திருக்கும். அதில் தனது மகளைத் திருமணம் செய்ய விரும்பிப் பெண் கேட்ட முத்துப்பட்டனுக்கு வாலப்பகடை அளித்த பதில் என்ன தெரியுமா? முத்துப்பட்டன் தனது பூணூலை அறுத்தெறிந்து விட வேண்டும். குடுமியை அறுத்தெறிய வேண்டும் செருப்பு கட்டி எடுத்து வரவேண்டும் என்று மூன்று நிபந்தனைகளை வாலப்பகடை முன்வைத்தார். நாம் இங்கு கவனிக்க வேண்டியது. இது நிகழ்ந்த காலமென்பது பதினைந்தாம் நூற்றாண்டு ஆகும். இவை எல்லாம் திராவிடர் இயக்கம் முன்வைத்த பார்ப்பன எதிர்ப்புக் கருத்துகள் சமூகத்தில் வினைபுரிந்த இருபதாம் நூற்றாண்டுக்கு அய்ந்து நூற்றாண்டுகள் முன்பாக நடந்த நிகழ்வுகள். என்ன சொல்ல வருகிறது இந்நிகழ்வு? பார்ப்பன எதிர்ப்பு என்பது அருந்ததியரின் இரத்தத்தில் ஊறியது என்பதை அல்லவா? அருந்ததிய இயக்க முன்னோடிகளான எல்.சி. குருசாமி, எச்.எம். ஜெகனாதன் போன்றோர் பார்ப்பன எதிர்ப்பு அரசியலை முன்வைத்த நீதிக் கட்சியில் தான் இயங்கினர் என்பதை இங்கு நினைவில் கொள்ள வேண்டும் இவர்களானாலும், இவர்களைத் தொடர்ந்து வந்த அருந்ததியத் தலைவர்களானாலும் தங்களது அரசியல் சொல்லாடல் களில் ஒருபோதும் 'நாங்கள் பூர்வ பிராமணர்கள்' 'யதார்த்த பிராமணர்கள்' என்று முன்வைத்தது கிடையாது. வேறு வார்த்தை களில் சொன்னால் பார்ப்பனப் பெருமிதத்தில் பங்கு கேட்பதற்காகச் சக தலித் சாதிகளுக்குத் துரோகம் செய்தது கிடையாது. அருந்ததிய சமூகத்தின் வீழ்ச்சி என்பது பச்சைப் பார்ப்பனரான ராஜாஜியின் ஆட்சிக் காலத்தில் தான் துவங்கியது என்பதையும் இங்கு கவனத்தில் கொள்ள வேண்டிய ஒன்று.

இப்படிப்பட்ட சமூகத்தின் எழுச்சியையும் அதன் கோரிக்கை களையும் பார்ப்பனச் சமூகம் எவ்வாறு எதிர் கொள்கிறது என்பதை நோக்குவது பயனளிப்பதாக இருக்கும்.

அருந்ததியரின் கால் நூற்றாண்டு கால ஜீவாதார முழக்கமாய்த் திகழ்வது உள்ஒதுக்கீடு என்பதாகும். இக்கோரிக்கையைப் பார்ப்பனர்கள் எதிர்கொள்ளும் விதம் ரத்தத்தைச் சூடேற்றும் விதமாக இருக்கிறது என்பதை அருந்ததியர்களும் அவர்களது சில இயக்கங் களும் புரிந்து கொண்ட மாதிரி தெரியவில்லை. எனவே அப்படியான அசமந்தங்களுக்கும் உறைக்கும் விதமாய் சிலவற்றைச் சொல்லியாக வேண்டியிருக்கிறது.

அருந்ததியர்களுக்கு 3% உள்ஒதுக்கீடு என்று அறிவித்திருப்பது அவர்களை பெருத்த ஏமாற்றத்திற்குள்ளாக்கியுள்ளது. இதற்கு முதலடி எடுத்துக் கொடுத்தது ஒரு பார்ப்பன - பனியா கூட்டுப் பத்திரிகை என்பதை அருந்ததியர்கள் மறந்து விடக்கூடாது. தினமணி நவம்பர் 10, 2007 இதழில் திருமாவளவனின் அறிக்கையை வெளியிட்டிருந்தது. அதில்தான் அருந்ததியர்களின் மக்கள் தொகை 18% என்று திருவாய் மலர்ந்திருந்தார். இன்று வழங்கியிருக்கும் 3% என்பது அருந்ததியர்களின் மக்கள் தொகை 16.7% என்ற கணக்கின் அடிப்படையில் வழங்கப்பட்டது. இது நவம்பர் 10, 2007 இல் தினமணி வெளியிட்ட திருமாவளவனின் அறிக்கையில் குறிப்பிடப்பட்டதை விடவும் குறைவானது. போதாக்குறைக்கு அதற்கு அடுத்த நாள் 11.11.2007 அன்று செ.கு. தமிழரசனிடம் பேட்டி கண்டு தினமணி ஆசிரியர் வைத்தியநாதன் வெளியிட்டிருந்தார். அதில் உள் ஒதுக்கீடு அவசியமற்றது. சட்டபூர்வமாய் செயல்படுத்த முடியாதது ஆந்திராவில் உச்ச நீதிமன்றம் அதை நிராகரித்துவிட்டது என்று கூறியிருந்தார் அவர்.

உள்ஒதுக்கீடு கோரிக்கைக்கு ஆதரவான நிகழ்வு ஒன்று நடந்து அதை நடைமுறைப்படுத்தும் சூழல் தோன்றுகிறது என்றால் தினமணிக்கு உடனடியாக படபடவென வந்துவிடும். அதைக் கெடுப்பதற்கான வேலையை உடனடியாகச் செய்து விடுவது என்பதை நாம் தொடர்ச்சியாக காண முடியும். 12.3.2008 அன்று அனைத்துக் கட்சி கூட்டம் உள்ஒதுக்கீடு கோரிக்கை குறித்து ஆராயும் நோக்கத்தில் நடைபெற்றது. அதன் தொடர்ச்சியாக 20.3.2008 அன்று தமிழக நிதியமைச்சர் அன்பழகன் சட்டமன்றத்தில் தாக்கல் செய்த நிதிநிலை அறிக்கையில்

ஜானர்த்தனம் கமிஷன் அமைக்கப்படும் என்று அறிவித்தார். ஏப்ரல் 13 தேதியிட்ட தினமணியில் செ.கு. தமிழசரனின் உள்இடஒதுக்கீடு படிக்கட்டா, படுகுழியா என்ற கட்டுரை வெளியிடப்பட்டது. ஏகப்பட்ட தவறுகளுடனும், அபாண்டங்களுடனும் இருந்த அக்கட்டுரைக்கான பதிலாக நான் எழுதி அனுப்பிய கட்டுரை வெளியிடப்படவில்லை. பின்னர் அது தீக்கதிர் நாளிதழில் வெளிவந்தது.

அதன் பின்னர் நீதிபதி எம்.எஸ். ஜனார்த்தனம் தலைமையிலான கமிஷன் தனது விசாரணையைத் தொடங்கி நடத்தி தனது அறிக்கையை 22.11.2008 அன்று வழங்கியது. அது தனது பரிந்துரையில் அருந்ததியர் என்ற பெயரில் அருந்ததியர், சக்கிலியர், மாதாரி, ஆதி ஆந்திர பகடை, மாதிகா, தோட்டி ஆகிய சாதிகளை உள்ளடக்கலாம். இவற்றுக்கு 3% உள்ஒதுக்கீடு வழங்கலாம் என்று பரிந்துரைத்திருந்தது. உடனே 25.11.2008 அன்று தினமணி உள் ஒதுக்கீடு சாத்தியமா என்ற கட்டுரையை வெளியிட்டது. அக் கட்டுரையில் அருந்ததியருக்கு 3 என வரையறுத்தது. அவர்களுக்கு இழைக்கப்பட்ட அநீதி என்பது குறித்து கவனம் குவிக்கவில்லை. மாறாக உள்ஒதுக்கீடு அவசியமா? சாத்தியமா என்று கேள்வி எழுப்பும் விதமாக அக்கட்டுரை எழுதப்பட்டிருந்தது. வழக்கம் போல், செ.கு. தமிழரசன் மத்திய அரசுதான் வழங்க முடியும் ஆந்திராவில் தடை விதிக்கப்பட்டிருக்கிறது என்று பஜனை பாடியிருந்தார். என். வரதராஜன், சி. மகேந்திரன் போன்றவர்கள் உள் ஒதுக்கீட்டை வரவேற்றிருந்தார்கள். விடுதலைச் சிறுத்தைகளைச் சேர்ந்த ரவிக்குமார் தலித் தலைவர்களை கருத்து கேட்கவில்லை என்றும் புகார் வாசித்துவிட்டு பின்னடைவுப் பணியிடங்களை நிரப்பிவிட்டு தான் அருந்ததியருக்கு உள்ஒதுக்கீடு வழங்க வேண்டும் என்று குறிப்பிட்டிருந்தார். பின்னடைவுப் பணியிடங்களை எல்லாம் அவர்தம் சாதியினரைக் கொண்டு நிரப்பிவிட்டு அருந்ததியருக்கு உள்ஒதுக்கீடு என்று வெறுமனே வாயளவில் அறிவிக்கப்பட வேண்டும் என அவர் எதிர் பார்க்கிறாரோ என்னவோ? அதைவிட முக்கியமாகத் தினமணியின் பார்ப்பனீய தந்திரம் அர்ஜீன் சம்பத்தின் கருத்தாய் வெளியிடப்பட்டதில் அடங்கியிருந்தது.

அருந்ததியருக்கு உள்ஒதுக்கீடு வழங்க வேண்டுமென்று ஆறு ஆண்டுகளாக இந்து மக்கள் கட்சி கோரிக்கை விடுத்திருக்கிறது.

இப்போது நிறைவேற்றப்படுவதை தவரவேற்கிறோம் என பசப்பியிருந்தார் அவர்.

ஆறு ஆண்டு காலமாக அக்கோரிக்கையை அவரது கட்சி அலுவலகத்தில் உள்ள கக்கூசுக்குள் போய் உள்ஒதுக்கீடு வழங்க வேண்டுமென முனகிக் கொண்டு அச்சுவரில் எழுதி வைத்து விட்டு வந்தார்களோ என்னவோ, அவர்களுக்கும், தினமணிக்குமே வெளிச்சம்.

மேற்கண்ட கட்டுரைக்காக என்னிடம் கருத்து கேட்டிருந் தார்கள். உள்ஒதுக்கீடு பஞ்சாபில் இன்னும் நடைமுறையில் இருக்கிறது என்பது உள்ளிட்ட நான் கூறிய விஷயங்களையும் 3% என்று வழங்குவது குறித்த அதிருப்தியையும் வெளிப் படையாகக் கூறி இருந்தேன். அதையெல்லாம் வருண தருமத் தராசில் எடை போட்டு பார்த்துவிட்டு இவை வெளியிடப் படுவதற்கு தகுதியற்றவை என்று நிராகரித்துவிட்டது தினமணி. உள்ஒதுக்கீட்டை எப்படியேனும் தடுத்துவிட வேண்டும் அவ்வாறு தடுக்க முடியாவிட்டால் அதனால் விளையும் அரசியல் ரீதியான பலன்களை சங்கப் பரிவாரங்களுக்குச் சென்று சேர வேண்டும் என்ற வைத்தியநாதன்ஜியின் திடசங்கல் பத்துடன் வெளியிடப்பட்டிருந்தது அக்கட்டுரை. அதோடு மைய அரசு 19% இடஒதுக்கீடு தலித்துகளுக்கு வழங்குகிறது என்றும் பஞ்சாபில் உள்ஒதுக்கீடு ரத்தாகி விட்டது என்றும் அண்டப் புளுகையும் ஆகாசப் புளுகையும் அவிழ்த்து விட்டிருந்தனர் அக்கட்டுரையில்.

அதே நாளில் இன்னொரு பக்கத்தில் வெளியாகியிருந்த செய்தியில் உள்ஒதுக்கீட்டின் பயன்களை உண்மையான இந்து அருந்ததியர் மட்டுமே அனுபவிக்க வேண்டும் பெயரளவில் இந்துக்களாக இருந்து கொண்டு உண்மையில் கிறிஸ்தவர்களாக வாழ்ந்து கொண்டிருப்பவர்கள் அனுபவிக்காத வகையில் உரிய வழிவகை காணப்பட வேண்டும் என்று புனித டாய்லெட் புகழ் இல. கணேசய்யர் உபதேசித்திருந்தார். இந்துத்துவக் குரல் இதோடு முடிந்து விடுவதற்காகவா தினமணியின் ஆசிரியராக வைத்திய நாதன்ஜி பொறுப்பேற்றிருக்கிறார். 27ஆம் தேதி அருந்ததியர் உள்ஒதுக்கீட்டை பத்து சதவீதமாக வழங்க வேண்டும் என்ற அர்ஜீன் சம்பத் கோரியதாக ஒரு செய்தியை தினமணி வெளியிட்டது.

இந்துத்துவவாதிகளின் குரலாக இருந்தாலும் அது அருந்ததிய ருக்கு ஆதரவாக அல்லவா வருகிறது. அந்தளவோடு விட்டு விடலாமா? அதனால்தான் அதே நாளின் தலையங்கப் பக்கத்தில் இரா. சோமசுந்தரம் என்பவரின் கட்டுரையை வெளியிட்டு கணக்கைச் சரி செய்து கொண்டது தினமணி. அக்கட்டுரையில் ஏற்கனவே கிறிஸ்தவர்கள் தங்களுக்கு வழங்கப்பட்ட உள் ஒதுக்கீட்டை வேண்டாமெனச் சொல்லிவிட்டனர். பெண்கல்வி, இஸ்லாமியர் மத்தியில் இல்லாததால் அவர்கள் உள் ஒதுக்கீட்டால் விளையும் நெருக்கடியை உணராமல் இருக்கின்றனர். அருந்ததியர் களுக்கும் உள்ஒதுக்கீட்டால் இழப்புதான் ஏற்படும். வேண்டு மானால் அருந்ததியர்களின் அரசுப் பணிகளில் நல்ல நிலையில் உள்ளவர்களின் பிள்ளைகள் மட்டுமே இதனால் பயனடைவர் என விவரித்திருந்தது அக்கட்டுரை. அருந்ததியர் உள்ஒதுக்கீடு குறித்து இறுதி முடிவு எடுக்கும் நோக்கத்தோடு அமைச்சரவை கூட்டம் கூடுகின்ற நாளன்று பார்த்து இவ்வாறான கட்டுரை வெளியிடப் பட்டது என்பதை நாம் மறந்து விடக்கூடாது.

அந்நிலையில் அன்று (27.11.2008) கூடிய அமைச்சரவை அருந்ததியர் உள்ஒதுக்கீட்டை கொள்கை அளவில் ஏற்றுக் கொண்டு உள்ஒதுக்கீட்டின் செயலாக்கம் குறித்து ஆராய அமைச்சரவைக் குழு ஒன்றை அமைப்பது என்று முடிவு எடுத்தது. பொறுக்குமா தினமணிக்கு? அடுத்த நாள் தலையங்க பக்கத்தில் உள்ஒதுக்கீடு விருந்தா? விஷமா? என்ற டாக்டர் கிருஷ்ணசாமியின் கட்டுரையை வெளியிட்டது.

அக்கட்டுரையில் இந்தியா முழுவதும் மைய, மாநில அரசுகள் மற்றும் பொதுத்துறை நிறுவனங்களில் 10 லட்சம் பின்னடைவுப் பணியிடங்கள் உள்ளன. இவற்றை நிரப்ப நடவடிக்கைகளை எடுக்கப் படவில்லை. தமிழக அரசுப்பணியிலும், 4 லட்சம் பேர் இருக்க வேண்டிய இடத்தில் 1 லட்சம் பேரே பணியில் இருக்கிறார்கள். இவர்களும் உயர்பதவிகளில் இல்லை. சென்னையை ஒட்டி வாழ்கின்ற காரணத்தாலும் கல்வியின் முக்கியத்துவத்தை அறிந்ததாலும், இடஒதுக்கீட்டின் பயனைத் தொடக்கத்திலேயே அறிந்திருந்த பறையர்கள் என்கிற ஆதிதிராவிடர்கள் கொஞ்சம் கூடுதலாக வாய்ப்பைப் பெற்றிருக்கலாம். சமீப காலமாகத்தான் தேவேந்திரரின் பங்கு கூடிக் கொண்டு வருகிறது. அருந்ததிய மக்களின் வாழ்க்கை

நிலையே அவர்களின் வேலைவாய்ப்புக்கான அடிப்படைக் கல்வியைப் பெற முடியாமல் ஆக்கிவிட்டது. இட ஒதுக்கீடே ஒழுங்காக நடைமுறைப்படுத்தப்படாத போது உள் ஒதுக்கீட்டை எவ்வாறு அமல்படுத்தப் போகிறார்கள்? அதற்கு என்ன வழிமுறை வைத்திருக்கிறார்கள்? அவ்வாறு வழிமுறை இருக்குமானால் 18 சதவீதத்திற்கும் அதை கடைபிடிப்பதற்கென்ன? உள்ஒதுக்கீட்டைப் பொறுத்தமட்டிலும், தாழ்த்தப்பட்ட மக்களுக் கான அந்தப்பட்டியலில் இடம் பெற வேண்டும். 3% பேருக்கு உள்ஒதுக்கீடு எனும் விருந்தை அளியுங்கள். அதேநேரத்தில் 18 சதவீதம் பேருக்கு (3% போனால் 15% இல்லையா) உண்டான உரிமைகளையும் அளியுங்கள். இல்லையேல் 3 சதம் பேருக்கு விருந்தானது 18 சதம் பேருக்கு விஷமாக மாறும்.

டாக்டரிடம் கேட்பதற்கு நமக்கு சில கேள்விகள் இருக்கின்றன. உள்ஒதுக்கீடு என்றுப் பேசும் போதெல்லாம் பின்னடைவுப் பணியிடங்கள் என்று மிரட்டுகிறீர்களே! உள்ஒதுக்கீடு என்பது வேலைவாய்ப்பில் மட்டுமல்லாது கல்வியிலும் அளிக்கப்படுவ தல்லவா? அவ்வாறு கல்வியில் உள்ள இடஒதுக்கீடு என்பது ஒவ்வொரு ஆண்டும் முறையாக கட் ஆப் மதிப்பெண் அடிப்படை யில் நிரப்பப்பட்டுக் கொண்டுதானே வருகிறது. அதில் அருந்ததிய ருக்கு உரிய அளவு ஒருபோதும் கிடைக்கவில்லை என்பதற்கான ஆதாரங்களை எல்லாம் வழங்கியிருந்தோமே அதைப்பற்றி மட்டும் வாய்திறக்க மாட்டேன் என்கிறீர்களே! இந்தியா முழுமைக்குமான பின்னடைவுப் பணியிடங்கள் எல்லாம் அருந்ததியர் உள்ஒதுக்கீடு கேட்கும்போது மட்டும் ஏன் உங்களுக்கு நினைவுக்கு வருகின்றன? அவற்றை நிரப்புவதற்கான போராட்டங்களை எப்போது நடத்தி யிருக்கிறீர்கள். உண்மையில் நீங்கள் பின்னடைவுப் பணியிடங்களை ஒரு மிரட்டல் உத்தியாக அரசுக்கு எதிராகப் பயன்படுத்துகிறீர்களா அல்லது அருந்ததியர்களுக்கு எதிராகப் பயன்படுத்துகிறீர்களா? அவரவர்கள் திறமைக்கேற்ப பங்கைப் பெற வேண்டும் என்கிறீர் களே அப்படி உங்களை சொல்ல வைப்பது அம்பேத்கரியமா? பார்ப்பனீயமா? அம்பேத்கரியம் என்றால் அம்பேத்கர் எந்தப் புத்தகத்தில் எந்தப் பக்கத்தில் அவ்வாறு கூறியிருக்கிறார் அல்லது உங்களிடம் மட்டும் கனவில் வந்துச் சொல்லிவிட்டு போனாரா? பார்ப்பனியம் தான் அவ்வாறு சொல்ல வைக்கிறது என்றால்

மேற்கொண்டு நாங்கள் எதுவும் சொல்ல விரும்பவில்லை. உங்கள் கட்சியின் கொடியை காவி நிறத்தில் மாற்றிக் கொள்ளுங்கள் எப்தைத் தவிர, இக்கேள்விகள் எல்லாம் நம்மிடம் இருந்தாலும் இவற்றை நாம் தினமணியிலோ இதர தமிழ்நாட்டு ஊடகங்களிலோ எழுப்பி விட முடியாது. வைத்யா விடமாட்டார் ஏனென்றால் இவற்றை எழுப்புபவர்கள் அருந்ததியர்களாக இருக்கிறார்கள். ஊடகங்கள் சாதீய ஊடகங்களாக விளங்குகின்றன. என்ன செய்ய முடியும். இவ்விடத்தில் இன்னொரு கொசுறு செய்தி புதிய தமிழகம் கட்சிக்காரரும் இன்னொரு பார்ப்பனருமான டி.எஸ்.எஸ். மணி அண்மையில் காஞ்சிபுரத்தில் நடந்த அருந்ததியர் உள்ஒதுக்கீடு ஆதரவு கூட்டத்தில் கலந்து கொண்டு பின்னடைவு பணியிடங்களை நிரப்பி பறையர்களையும் தேவேந்திரர் களையும் முழுவதுமாகப் பணியமர்த்திவிட்டால் அருந்ததியர் பிரச்சனை தீர்ந்துவிடும். உள் ஒதுக்கீடு எல்லாம் வேஸ்ட் என்று முழங்கிவிட்டுச் சென்றிருக்கிறார்.

அருந்ததியர் உள்ஒதுக்கீட்டிற்கு எதிரான பிரச்சாரத்தை இவ்வளவு தூரத்துக்கு இழுத்துக் கொண்டு வந்த கைங்கரியத்தைச் செவ்வனே தினமணி செய்து முடித்ததன் பிறகு உள்ஒதுக்கீடு எதிர்ப்பில் அடுத்த கட்டம் தொடங்குகிறது. இந்த கட்டத்தை தொடங்கி வைப்பவர் சாட்சாத் ஜெயலலிதாவேதான். அதிமுகவிற்கு கடந்த முப்பத்தைந்து ஆண்டுகளாக எந்த அருந்ததியர்கள் ஆதரவளித்து வருகிறார்களோ, அதே அருந்ததியர்களுக்கு எதிராக, அவர்களுக்கு நம்பிக்கை துரோகம் செய்யும் விதமாக எப்படி ஜெயலலிதா அவ்வாறு பகிரங்கமாக அறிக்கை வெளியிட்டார் என்று நிறைய பேர் நம்ப முடியாமல் திணறுகிறார்கள். அப்படியெல்லாம் திணற வேண்டியதில்லை. திராவிடக் கட்சி என்று அழைக்கப்படும் ஒரு கட்சியின் தலைவியாக இருந்தாலும், இந்துத்துவம், பார்ப்பனீயம் என்று வரும் போது அவருக்கு திராவிடக் கருத்தியல் எதுவும் தடையாக இருப்பதில்லை அப்படித்தான் கரசேவைக்கு ஆதரவாக முழங்கினார். அப்படித்தான் கோத்ரா ரெயில் எரிப்பின் போது சிறுபான்மையினருக்கு எதிராகக் கொந்தளித்தார். அப்படித்தான் மதமாற்றத் தடைச் சட்டம் கொண்டு வந்தார். அப்படித்தான் ஆடு, கோழி பலியிடத் தடைச்சட்டம் கொண்டு வந்தார். அப்படித்தான் நரவேட்டைக்காரன் நரேந்திர மோடியுடன் நட்பு

கொண்டாடுகிறார். இன்னும் எத்தனையோ அப்படித்தான் இருக்கின்றன. இன்னும் கொஞ்ச நாளைக்கு நம்மூர் கம்யூனிஸ்ட்டுகளுக்கு இத்தனை அப்படித்தான்களும் மறந்துவிடும். அது தமிழ்நாட்டு மக்களின் தலையெழுத்து.

இப்படியொரு அப்படித்தான் என்றுச் சொல்லும் விதமாக அருந்ததியருக்கு உள்ஒதுக்கீடு வழங்க மாநில அரசுக்கு அதிகாரம் இல்லை என்று அறிவித்தார். நம்மூர் செ.கு. தமிழரசன், ஆந்திராவின் மாலா மஹாநாடு ஆகியோரின் விருப்பப்பூர்வ மானதாக விளங்கும் அதே வாதத்தை அச்சுப் பிசகாமல் காற்புள்ளி, அரைப்புள்ளி கூட தவறாமல் அப்படியே வைத்தார். அதே குடியரசுத் தலைவரின் பட்டியலை மாநில அரசு திருத்த முடியாது. குடியரசுத் தலைவருக்குத் தான் பட்டியலினச் சாதிகளைக் குறிப்பிட அதிகாரம் இருக்கிறது. பாராளுமன்றம் தான் அதைத் திருத்த முடியும் எல்லாம் அதே வார்த்தைகள் தாம். கூடுதலாக தாம் ஆட்சியில் இருந்தபோது இருந்ததியர்கள் அதே கோரிக்கையை எழுப்பிய போது சட்ட வல்லுநர்கள் முடியாது என கருத்து தெரிவித்ததாலும், அப்போது அருந்ததிய மக்களுக்கு எதிரான மத்திய அரசு ஆட்சியில் இருந்ததாலும் தம்மால் அக்கோரிக்கையை நிறைவேற்ற முடிய வில்லை. அதற்குள் ஆட்சிமாற்றம் ஏற்பட்டுவிட்டது என்றும் சேர்த்துக் கொண்டார். மனிதர்களின் ஆயிரம் ஆண்டுகள் காலம் என்பது தேவர்களுக்கு ஒரு நொடி என்கிற தேவலோக விதி இங்கு பொருந்துகிறதோ என்னவோ! நமக்கு விளங்கவில்லை.

இந்த இடத்தில் நாம் ஒன்றை கவனிக்க வேண்டும் ஜெயலலிதா வின் இவ்வறிக்கை 29.11.2008 அன்று மாலை மலரில் அருந்ததியருக்கு 3% இடம் ஒதுக்க மாநில அரசுக்கு அதிகாரம் இல்லை என்ற தலைப்போடு வெளியானது. அடுத்த நாள் தினத்தந்தியிலும் அதே மாதிரியான தலைப்போடு வெளிவந்தது. தினமணியிலோ அருந்ததியர்கள் ஏமாற வேண்டாம் என்ற தலைப்பில் பிசிறுகளைத் தட்டி சற்று பக்குவமாக வெளியாகிறது. ஜெயலலிதாவின் செல்வாக்குக் குறித்து தினமணியைத் தவிர வேறு யார் கவலைப்பட முடியும்.

அருந்ததியருக்கு எதிரான மத்திய அரசு என்று எதைச் சொல்கிறார் 1999 முதல் 2004 வரையிலான பாரதிய ஜனதா அரசையா 2004 முதல் இன்று வரையிலான காங்கிரஸ் ஆட்சியையா? அவருக்கே வெளிச்சம். நாம் இங்கு சில

விஷயங்களை நினைவில் கொள்வது அவசியம். ஜெயலலிதா, 1991 முதல் 1996 வரை ஐந்தாண்டுகள் 2001 முதல் 2006 வரை அய்ந்தாண்டுகள், ஆக மொத்தம் பத்தாண்டு காலம் இம்மாநிலத்தின் முதலமைச்சராக இருந்திருக்கிறார். இவரது ஆதரவில் மைய அரசு 1997 முதல் 1998 வரை ஆட்சியில் இருந்தது. இவரது கட்சி சார்ந்தவர் மைய அரசில் அமைச்சர்களாக இருந்துள்ளனர். இவர் முதல்வராக இருந்த காலங்களில் அருந்ததியர்கள் முன்னெடுத்த தீவிரமான போராட்டங்களில் சிலவற்றை மட்டும் இங்கு காணலாம்.

1. தேசிய தாழ்த்தப்பட்டோர் நல உரிமை இயக்கம் 8.3.1993 முதல் சாகும் வரை உண்ணாவிரத போராட்டத்தை அறிவித்து அய்ந்து நாட்கள் 33 பேர் பட்டினி கிடந்து போராடியிருக்கின்றனர்.

   15.8.1994 அன்று எஸ்.டி. கல்யாணசுந்தரம் தலைமையில் தமிழ்நாடு அருந்ததியர் சனநாயக முன்னணி சார்பில் மறியல் போராட்டம் நடத்தி 372 பேர் கைதாகி சிறை சென்றனர்.

   15.8.1995 அன்று அருந்ததியர் இளைஞர் முன்னணி சார்பில் ஏழு மாவட்டத் தலைநகரங்களில் மறியல் போராட்டம் நடத்தப் பட்டது.

இது போது எண்ணற்ற போராட்டங்களை நடத்திய போதிலும் உள் ஒதுக்கீட்டுக்கு ஆதரவாக ஒரு துரும்பையும் அசைக்கவில்லை. வாயளவில் கூட ஆதரவு தெரிவிக்கவில்லை. உள்ஒதுக்கீடு குறித்து ஆராய கூட்டப்பட்ட அனைத்துக் கட்சி கூட்டத்தில் அவர் கலந்து கொள்ள முன்வரவில்லை. அவரது கட்சி சார்பில் கலந்து கொண்டவர்கள் எந்தக் கருத்தையும் தெரிவிக்கவில்லை. அதன் பின்னர் கமிஷன் அமைக்கப்பட்டது. அக்கமிஷனிடமும் எந்தக் கருத்தையும் தெரிவிக்கவில்லை. இன்று உள்ஒதுக்கீடு அறிவிக்கப் பட்டவுடன் பாய்ந்து வந்து மாநில அரசுக்கு அதிகாரம் இல்லை என்ற செ.கு. தமிழரசனின் வார்த்தைகளைச் சொல்கிறார்கள் என்றால் அதற்கு என்ன பொருள்?

சிலர், கருணாநிதியை எதிர்க்க வேண்டும் என்பதற்காகவே ஜெயலலிதா உள்ஒதுக்கீட்டை எதிர்க்கிறார் என்று கருது கின்றனர். அதுவும் உண்மையில்லை. கருணாநிதியை எதிர்க்க

வேண்டுமென்றால், அருந்ததியர் எண்ணிக்கைக்குச் சற்றும் பொருந்தாத வகையில் 3% ஏன் உள்ஒதுக்கீடு வழங்க வேண்டும்? அவர்களுக்கு 6% உள்ஒதுக்கீடு வழங்க வேண்டும் என்பதை முன்வைத்துக் தனது எதிர்ப்பை முன் வைத்திருக்கலாம் அல்லவா.

1991 முதல் 1996 வரையிலான இவரது ஆட்சிக்காலத்தில் தான் கடந்த நாற்பதாண்டுகளாக இல்லாத கொடுமையாக ஒரே ஒரு அருந்ததிய சட்டமன்ற உறுப்பினர் மட்டுமே பதவியிலிருந்தார். அமைச்சரவையிலோ, சட்டசபைப் பதவியிலோ அவருக்கும் வாய்ப்பு அளிக்கவில்லை. இரண்டாம் முறை 2001 முதல் 2006 வரையிலான அமைச்சரவையிலும் வெறும் 9 மாதங்களுக்கு மட்டுமே ஒரு அருந்ததியருக்கு அமைச்சர் பதவி தந்திருந்தார். இவையெல்லாம் தனக்கு நிபந்தனையற்ற அளவிலே ஆதரவு அளித்த அருந்ததிய மக்களுக்கு செய்த தகைம்மாறுகள்.

ஜெயலலிதாவின் மேற்கண்ட அறிக்கைக்குப் பதலளிக்கும் விதமாக முதல்வர் கருணாநிதியின் அறிக்கை அடுத்த நாள் நாளிதழ்களில் வெளியானது. தடைக்கற்களை போட எண்ணாமல் ஜெயலலிதா போன்றவர்கள் தள்ளி நிற்க வேண்டும் என்ற தலைப்பில் விரிவாக தினத்தந்தி இதழ் வெளியிட்டிருந்தது. தினமணி வழக்கம் போல் அருந்ததியர்களை ஏமாற்றுவது யார்? கருணாநிதி கேள்வி! என்ற வளவளா தலைப்புடன் ஜல்லியடித்திருந்தது. இவ்வறிக்கையில் தமிழ்நாட்டில் அருந்ததியருக்கு வழங்கப்பட இருக்கும் உள்ஒதுக்கீடு பஞ்சாப் மாநிலத்தை முன்மாதிரியாகக் கொண்டதாகும். அம்மாநிலத்தில் வால்மீகிக்களுக்கும் மாஜ்பி சீக்கியர்களுக்கும் 1975 முதல் அரசு அறிவிக்கை மூலம் 12.5% உள்ஒதுக்கீடு வழங்கப் படுகிறது. 5.10.2006 முதல் சட்டம் நிறைவேற்றி இன்றளவும் நடைமுறையில் உள்ளது என்றும் விளக்கமளித்தார். மாநில அரசுக்கு உள்ள வழிமுறைகளின்படி முறையாக உள்ஒதுக்கீடு வழங்க எல்லா வழிமுறைகளும் பின்பற்றப்படுகின்றன என்று தெளிவாக விளக்கி யிருந்தார். உள்ஒதுக்கீடு தொடர்பாக சட்ட வல்லுநர்களுடன் ஆலோசனை செய்ததாகச் சொல்லும் ஜெயலலிதா அதற்கான அரசு ஆவணங்களையோ, கோப்புக்களையோ காட்ட முடியுமா எனக் கேள்வியும் எழுப்பி இருந்தார்.

இதைத் தொடர்ந்து அருந்ததியர்களின் கோபம் ஜெயலலிதாவுக்கு எதிராக கொடும்பாவி எரிப்பு வடிவத்தில் வெளிப்பட்டது. பல்வேறு ஊர்களிலும் ஜெயலலிதா கொடும்பாவிகளை அருந்ததியர்கள் எரித்தனர். பதறிப்போன அவர் அருந்ததியர் உள்ஒதுக்கீட்டை அதிமுக ஆதரிக்கிறது. இதை முறையாகச் செய்யப்பட வேண்டும் என்றால் நாடாளுமன்றத்தின் ஒப்புதல் பெற்ற பிறகே செய்ய வேண்டும். எனது தலைமையில் ஆட்சி அமைந்தவுடன் நாடாளு மன்ற ஒப்புதலைப் பெற்று அருந்ததியர்களின் கோரிக்கையை நிறைவேற்றுவேன் என்றார். அவர் பிடித்தால் முயலுக்கு மூணுக்கால் தானே. திரும்பவும் பாராளுமன்றம் என்கிறார். ஒப்புதல் என்கிறார். அருந்ததியர்கள் விழித்துக் கொள்ள வேண்டும் என்பதே நம் துணிபு. ஜெயலலிதாவின் இவ்வறிக்கையை தினத்தந்தி அருந்ததிய மக்களின் கோரிக்கையை நிறைவேற்ற நடவடிக்கை எடுக்கப்படும் என்ற தலைப்பில் வெளியிட்டிருந்தது. தினமணியோ கருணாநிதியின் மாயவலையில் யாரும் விழவேண்டாம் என்று எச்சரித்திருந்தது. இந்துத்துவ, புராணச் சொல்லாடல்களில் இருக்கும் பிடிப்பை தமிழர்கள் விட்டுவிடக் கூடாது என்பதற்காக தான் இவ்வாறான சொல்லாடல்களை வேதியர்களும், மறையோர்களும், அந்தணர் களும் புழக்கத்தில் விட்டுப் பொது வெளியை எவ்வளவு ஆச்சாரத்துடன் காப்பாற்றி வருகிறார்கள். இவ்விடத்தில் நமக்கு நினைவுக்கு வரவேண்டிய இன்னொரு விஷயம், மேடை தோறும் அருந்ததியர்களுக்காக முழங்கி வரும் சி.பி.எம். கட்சியினர் தங்களது எதிர்காலக் கூட்டணித் தலைவியிடம் இருந்து இவ்வாறான அபத்த மான அறிக்கைகள் வெளிவந்து கொண்டிருந்த போது என்ன செய்து கொண்டிருந்தார்கள் என்பதுதான். காந்தியும் வள்ளுவரும் சொல்லிக் கொண்டிருந்த புலனடக்கத்தைக் கைக் கொள்வது எவ்வாறு என்று தீவிரமான பயிற்சியில் ஈடுபட்டுக் கொண்ருந்தனர் அவர்கள். அவர் களின் முயற்சி வெற்றி பெறட்டும் என நாமும் வாழ்த்துவோம்.

இவ்வாறாக, ஜெயலலிதா களமிறங்கிய இரண்டாவது சுற்று தோல்வியடைந்து விட்டதால் மூன்றாவது கட்டத்தை மீண்டும் பழைய ஆட்களே துவக்கியிருக்கின்றனர். 8.12.2008 இதழில் முதல் பக்கத்தில் உள்ஒதுக்கீடு முயற்சி வெற்றி பெறாது என்ற தலைப்பில் அம்பேத்கரின் பேரனான பிரகாஷ் அம்பேத்கரின் கருத்துக்கள் வெளியிடப்பட்டிருந்தது. அதில் வழக்கமான

செ.கு. தமிழரசன் சரக்குடன் தனது கடைசி ஆயுதமான உச்ச நீதிமன்றத்தில் வழக்கு தொடர்ந்து உள்ஒதுக்கீட்டை சட்டப்படி தடுத்து நிறுத்துவோம் என்ற மிரட்டல் விடுத்திருந்தார். அந்த மிரட்டலை பார்க்கும் போது தான் செ.கு. தமிழரசன் முன் வைத்துக் கொண்ருப்பது அம்பேத்கரியம் என்று பிரகாஷ் அம்பேத்கரியம் என்பது நமக்கு உறைத்தது. இவர்களுக்கு உவப்பான மேடைதான் தினமணி. தினமணிக்கும் உவப்பானவர்களே இவர்கள் என்பதை உலகுக்கு உணர்த்தும் இக்கட்டுரையுடன் புகைப்படங்களில் இளித்துக் கொண்டிருக் கிறார்கள்.

அருந்ததியர்களின் உள்ஒதுக்கீட்டிற்கு எழும் எதிர்ப்பின் பின்னிருந்து இயக்கிக் கொண்டிருக்கும் பார்ப்பனீயச் சதியையும், தங்களின் சகோதர தலித்துகளுக்கு எதிராக அவர்களுடன் கூட்டுச் சேர்ந்திருக்கும் துரோக சக்திகளையும் முறியடிப்பது அருந்ததியர் களின் முன்பிருக்கும் முதல் கடமை. 3% உள்ஒதுக்கீடு வழங்குவ தென்பது அருந்ததியர்கள் தமக்குரிய முழுமையான பங்கையும் அனுபவிக்க உரிமையற்றவர்கள் என்பதைச் சட்டப்பூர்வமாக ஒத்துக் கொள்ளும் நடவடிக்கையாகவே இருக்கும். ஆதிதிராவிடர் என்ற பெயரில் சேர்த்து கணக்கிடப்பட்ட அருந்ததியர்கள், மற்றும் ஆதி கர்நாடகா என்ற பெயரில் வழங்கப்படும் அருந்ததியர்கள் ஆகியவர்களை உள்ஒதுக்கீட்டு வரம்புக்குள் கொண்டு வந்து சேர்க்க ஆவன செய்ய வேண்டும்.

மூன்று சதவீதம் என்பது தற்போது அறிவிக்கப்பட்ட பெயர்களில் உள்ள மக்கள் தொகைக்கு உரிய அளவு கூட இல்லை. 1981 ஆம் ஆண்டின் மக்கள் தொகை கணக்கின்படி தற்போது குறிப்பிடப் பட்டுள்ள அருந்ததியர், சக்கிலியர், மாதாரி, பகடை, ஆதிஆந்திரா, மாதிகா, தோட்டி ஆகிய பெயர்களில் அடங்கியுள்ள அருந்ததியர் களின் எண்ணிக்கை மட்டுமே 13,63,558 ஆகும். இது தலித் மக்கள் தொகையில் 18.36% ஆகும். இதற்குரிய அளவாக மட்டுமே 3.31% வருகிறது என்கிற நிலையில் 3% என உள்ஒதுக்கீட்டிறக்கான அளவு நிர்ணயிக்கப்பட்டது துரதிர்ஷ்டவசமா எனவே குறைந்தபட்சம் 5.4% என்கிற அளவுக்காவது உள்ஒதுக்கீட்டைப் பெறும் வகையிலான நடவடிக்கையில் அருந்ததியர்கள் இறங்க வேண்டும். அருந்ததிய இயக்கத் தலைவர்களில் சிலரது ஏமாளித்தனத்தின் பலனை நாற்பது லட்சம் அருந்ததியர்கள்

சுமக்கும் படியான நிலையை உருவாக்கி விடக் கூடாது என்பதை மட்டும் இங்கு எச்சரிக்கையாகச் சொல்லி வைப்பது நமது கடமையாகிறது. யுத்தம் இன்னும் முடிவடைந்து விடவில்லை என்பது புரிய வேண்டும் நமக்கு.

பிரசுரம்: சிரமண வெளியீடு
ஜனவரி 2009

கூட்டுக்களவாணிகள் தயாரிக்கும் குற்றப்பத்திரிக்கையும் அநாமத்தாய் போகும் அருந்ததியர் உயிரும்

"தீண்டாதாருக்கும் சாதி இந்துக்களுக்கும் இடையே சச்சரவு ஏற்பட்டால், தீண்டாதாரின் இந்த கலகத்தை அடக்குவதில் காவல்துறையின்ரும் நீதிபதியும் சாதி இந்துக்களின் முகவர்களாக நடந்து கொள்கிறார்கள். தீண்டாதாருக்கு ஒரு பாடம் கற்பித்து கீழான அவர்களுக்குரிய இடத்தில் நிறுத்திவைப்பதற்கு நேர்வழி, குறுக்கு வழி உள்ளிட்ட அனைத்து வழிகளிலும் சாத்தியமான அனைத்தையும் செய்ய முயலும் சாதி இந்துக்களின் கொடிய முயற்சியில் வெளிப் படையாகவும் வெட்கமின்றியும் காவல்துறையினரும் நீதிபதியும் பங்கேற்கிறார்கள்...."

"காவல்துறையைச் சார்ந்த காவலர் தனது சக்தியையும், அதிகாரத்தையும் தவறாகக் கூட பயன்படுத்தலாம். சொல்லப்படாத ஒன்றைச் சொன்னதாக எழுதிக் கொள்வதன் மூலமோ அல்லது சொல்லப்பட்ட ஒன்றிலிருந்து முற்றிலும் மாறுபட்ட ஒன்றை அதுதான் சொல்லப்பட்டது என்று எழுதுவதன் மூலமோ, வேண்டுமென்றே மோசடியான ஆவணத்தை அவர் தயாரிக்கலாம். தனக்குச் சார்புள்ள தரப்பினரிடம் தடயத்தை அவர் வெளிப்படுத்தி விடலாம். குற்றம் இழைத்தவரை கைது செய்ய அவர் மறுக்கலாம். வழக்கைக் குலைப்பதற்கான நூற்றியோரு காரியங்களை அவர் செய்யலாம். மாட்டிக் கொண்டு விடுவோம் என்ற பயம் ஒரு துளியுமின்றி இவை அனைத்தையும் அவரால் செய்ய முடியும். சட்டத்தில் சந்து பொந்துகள் ஏராளம். அவை அனைத்தையும் அவர் மிக நன்றாக அறிவார். மிகப் பெரிய அளவிலான சுயவிருப்பத் திற்கான இடத்தை இது போன்ற வழக்குகளில் நீதிபதி அவருக்கு அளித்திருக்கிறார். அதைப் பயன்

படுத்துவதற்கு காவலருக்குச் சுதந்திரம் உள்ளது. சாட்சியம் அளிக்கத் தயாராய் இருக்கிற சாட்சியைப் பொறுத்தே ஒரு வழக்கின் தீர்ப்பு அமையும். அதே நேரத்தில், அச்சாட்சிகள் ஏற்கத் தகுந்தவையா அல்லது ஏற்கத் தகாதவையா என்பதைப் பொறுத்தும் வழக்கின் தீர்ப்பு அமையும். ஒரு தரப்பை நம்புவதற்கும் மற்றொரு தரப்பை நம்ப மறுப்பதற்கும் நீதிபதிக்குச் சுதந்திரம் இருக்கிறது. அவர் ஒருதலைப் பட்சமாக ஒரு தரப்பை நம்பலாம். ஆனால் அது அவருடைய சொந்த விருப்பம். அதில் ஒருவரும் தலையிட இயலாது. தீண்டத்தகாதவர் களுக்கு எதிராய் நீதிபதிகள் தங்களது சொந்த விருப்பத்தின்படி செயல்பட்ட வழக்குகள் கணக்கில் அடங்காதவை ஆகும். தீண்டத் தகாதவர்களுக்குச் சாதகமான சாட்சிகள் எவ்வளவுதான் உண்மை யானவையாய் இருந்தாலும், 'இந்த சாட்சிகளை நான் நம்பவில்லை' என்ற ஒரே பொத்தாம் பொதுவான வரியை நீதிபதி மிகச் சாதரணமாகச் சொல்லி விடுவார். நீதிபதிகளது அந்த சொந்த விருப்பத்தினை இதுவரை ஒரு பயலும் கேள்வி கேட்டதில்லை."

- பாபாசாகேப் டாக்டர் அம்பேத்கர்
(அ.நூ. தொ. 9 - பக் 151 - 152)

சாதி இந்துக்கள் மற்றும் சாதி முஸ்லீம்கள் ஆகிய சாதிமான்கள் கூட்டுச் சேர்ந்து நிகழ்த்திய படுகொலைத் தாக்குதலில் குற்றுயிராகத் தோழர் கிருஷ்ணவேணி மருத்துவமனையில் அனுமதிக்கப்பட்டு ஏறத்தாழ இரண்டரை மாதங்கள் ஆன நிலையில் இக்கட்டுரை எழுதப்படுகிறது. இன்னும் எவ்வளவு காலம் அவர் மருத்துவமனை கட்டிலிலேயே நொய்ந்து போய் கிடக்க வேண்டுமோ தெரியாது. மருத்துவமனையிலிருந்து அவர் திரும்பிய பிறகும் உடலின் எந்தெந்த பாகங்கள் இயங்காமால் போகுமோ தெரியாது.

ஆனால் நம்மையெல்லாம் சூத்தால் சிரிக்கும் விதமாக, ஊழலுக்கு எதிராகப் படம் காட்டும் திடீர் கிழவர் அன்னா ஹசாரே திரும்பவும் உண்ணாவிரதம் இருக்கப் போவதாகத் தெரிவிக்கும் செய்திகள் வெளியாகின்றன. குடுகுடுவென ஓடி காமெடி பண்ணும் காட்சிகள் தொலைக்காட்சிகளில் ஒளிபரப்பாகின்றன. காஷ்மீர் முதல் கன்னியாகுமரி வரை நாட்டில் உள்ள அனைத்து ஊடகங்களிலும் இதுகுறித்து மயிர் பிளக்கும் வாதங்கள் நடந்து கொணடிருக்கின்றன. மந்தை மந்தையாய் மக்கள் தண்ணீர் தெளித்து அழைத்து வரப்பட்டு குதித்துக் கொண்டிருக்கிறார்கள்.

ஆனால், ஊழலுக்கு எதிராய்த் தனிநபராக எந்த உதவியும், துணையும் இன்றிப் போராடிய தோழர் கிருஷ்ணவேணி குறித்து தமிழ் கூறு நல்லுலகில் கூட பெரும்பான்மையினருக்கு ஒரு மயிரும் தெரியாது. ஏன் தெரிந்து கொள்ள வேண்டும்? என்னவானாலும் கிருஷ்ணவேணி ஒரு சக்கிலியப் பெண்தானே! சக்கிலியப் பெண் சாக்கடை வாரலாம். பஞ்சாயத்துத் தலைவர் பதவியில் உட்கார்ந்து மக்கள் பணி செய்யலாமா? உலகம் என்னவாகும்? பஞ்சாயத்து துணைத் தலைவரான மீரான் கனி அப்படித்தான் கேட்டான்.

> "மாட்டுக்கறி திங்குற கீழ்ஜாதி சக்கிலிச்சி எல்லாம் பிரசிடென்ட் ஆயிட்டா நாற்காலியில உக்காந்து வேலை பாக்கலாம்னு நெனைக்கியோ? என் முன்னாடி நீ உக்காந்து வேலை ப்ாக்கக் கூடாது! நான் பஞ்சாயத்து ஆபீசுக்கு உள்ளே இருந்தால் நீ இங்கே இருக்கக் கூடாது. பஞ்சாயத்து வேலைகள் எல்லாம் நான் சொல்லுறபடிதான் நடக்க வேண்டும். என் சொல்படி நடக்காவிட்டால் மருதன் கிணறு பஞ்சாயத்துத் தலைவருக்கு நேர்ந்த கதிதான் உனக்கும் ஏற்படும்"

என்று பஞ்சாயத்து அலுவலகத்தில் பிற பஞ்சாயத்து உறுப்பினர்கள் முன்னிலையில் அந்த சாதி முஸ்லீம் மிரட்டியிருக்கிறான். சாதி இந்துக்கள், சாதி கிறித்துவர்கள், வரிசையில் சாதி முஸ்லீம்கள் என்றொரு மிருக வகையினம் இருப்பதை நமக்கு மெய்ப்பித்து விட வேண்டும் என்பதற்காகவே அந்நிகழ்வும் அதைத் தொடர்ந்த நிகழ்வுகளும் நடந்திருக்கின்றன என்றே தோன்றுகிறது.

தோழர் கிருஷ்ணவேணி எழுச்சி பெற்ற புதிய தலைமுறையைச் சேர்ந்த அருந்ததிய வீராங்கனை ஆவார். மதுரைவீரன், ஒண்டி வீரன், கந்தன் பகடை, பொட்டிப்பகடை, முத்தன் பகடை என எண்ணற்ற அருந்ததிய தீரர்களின் வழியில் வந்தவர் தாம் என்கிற போதம் இருப்பதால், அவர் மிரட்டலுக்குப் பயப்படவில்லை. மிரட்டலை எதிர்கொள்வது என முடிவெடுத்தார். அதைச் சட்டப்பூர்வமாக எதிர்கொண்டார். காவல் துறையில் புகார் அளித்தார். மீரான் கனி மற்றும் அவரது கையாளான சுல்தான் மைதீன் ஆகியோர் மீது வழக்கு நடைபெற்றது. திருநெல்வேலி நீதித்துறை நடுவர் மன்றத்தில் சாதி முஸ்லீம்களுக்குச் சாதகமாக, உண்மைக்குப் புறம் பான வழக்கு என அவ்வழக்கு முடிந்தது என்பதைச் சொல்லவும் வேண்டுமோ?

இவ்வழக்கு நடந்து கொண்டிருக்கும் போதே, தோழர் கிருஷ்ணவேணிக்கு கே.எம். ராஜா முகம்மது, சதாம் நகர், தாழையூத்து என்ற முகவரியிலிருந்து ஒரு மிரட்டல் கடிதம் வந்தது. "கனி பாய்க்கு எதிராக நீ கொடுத்த வழக்கை திருப்பி எடு. ஜமாத்தில் வந்து மன்னிப்பு கேள். அப்பந்தான் நீ பிரசிடென்டா இருக்க முடியும். இல்லை என்றால் அவ்வளவுதான். உன் புருஷன் உயிரோடு இருக்க மாட்டான்'' என்று அக்கடிதத்தில் குறிப்பிடப்பட்டிருந்தது.

இதைத் தவிரவும் தோழர். கிருஷ்ணவேணியை பஞ்சாயத்து அலுவலகத்துக்கு வரவிடாமல் செய்ய பல்வேறு மிரட்டல்கள் மீரான் கனி, சுல்தான் மைதீன் என்கிற இரு சாதி முஸ்லீம்களால் விடப்பன. பஞ்சாயத்து அலுவலகத்திலேயே வைத்து கற்பழித்து விடுவோம் என்பதுவும் அவற்றுள் ஒன்று. அதைத் தொடர்ந்து பல்வேறு விதங்களில் அந்த சாதி முஸ்லீம்கள் நெருக்கடிகள் தந்திருக்கின்றனர். பஞ்சாயத்து எழுத்தரை கைக்குள் போட்டுக் கொண்டு பணிகள் நடைபெற ஒத்துழைக்க மறுப்பது, கிராமசபை கூட்டத்தை நடத்த விடாமல் கலாட்டா செய்வது, காசோலையில் கையெழுத்திட மறுத்துப் பணிகளை முடக்குவது என்று அவர்களது திரு விளையாடல்கள் தொடர்ந்தன.

சாதிய வன்கொடுமைகளில் இறங்கும் போது சாதிய மனநிலை என்பது மனித நாகரீகம் என்பதை கிஞ்சித்தும் பொருட்படுத்தாமல் காட்டு மிராண்டித்தனமாக நடந்து கொள்ளும் என்பது இந்தியாவில் வழமையான ஒன்றுதான். தோழர் கிருஷ்ணவேணி தலைமையில் ஓடை பராமரிப்பு வேலைகள் நடந்து கொண்டிருந்த போது மீரான் கனியின் கையாள் சுல்தான் மைதீன் அங்கு வந்து இருநூறு முன்னூறு பெண்கள் முன்னிலையில், தனது பேண்ட்டின் ஜிப்பை அவிழ்த்து, சுன்னத் செய்யப்பட்டிருந்தாலும் தனது சுன்னி சாதீயச் சுன்னிதான் என்கிற திமிரில் அத்தனை பேர் முன்னிலையில் எடுத்துக்காட்டி இனி எப்படி வேலை செய்வீர்கள் என கொக்கரித்திருக்கிறான். இது குறித்தும் காவல்துறையில் புகார் அளிக்கப்பட்டது. நல்வாய்ப்பாக அப்போது அங்கு பொறுப்பில் இருந்தவர் ஒரு தலித் அலுவலர் என்பதால் அவ்வழக்கு மட்டும் தொடர்ந்து நடந்து கொண்டிருக் கிறது. மேற்கண்ட நாகரீகம் பொருந்திய, கண்ணியமான,

மார்க்கம் பரிந்துரைக்கிற நடவடிக்கையில் இறங்கியவர் இளங்கலையில் பட்டம் பெற்றவர் என்பது கூடுதல் தகவல்.

இவ்வளவு இடைஞ்சல்களுக்கு இடையில் தான் தோழர் கிருஷ்ண வேணி சிறப்பான முறையில் சேவையாற்றி மாநிலத்திலேயே சிறந்த பஞ்சாயத்துத் தலைவருக்கு அளிக்கப்படுகிற சரோஜினி நாயுடு விருதை 2008 ஆம் ஆண்டு பெற்றார். தனது பொது வாழ்வில் ஒரு சிறிதும் கறைபடியாத ஒரு நிர்வாகத்தையும், மிகச் சிறப்பான சேவையையும் தன்னைத் தேர்ந்தெடுத்த பஞ்சாயத்து மக்களுக்கு அவர் நல்கி இருக்கிறார். கையூட்டுப் பேர்வழிகளுக்கும், கையாடல் பேர்வழிகளுக்கும் இம்மியும் இடம் தராத அவரது கறார் போக்கு பல்வேறு மட்டங்களில் அவர் மீது பகைமையை ஏற்படுத்தியது.

2010 ஆம் ஆண்டு சுதந்திர தினத்தன்று நடந்த கிராமசபைக் கூட்டத்தில் தோழர் கிருஷ்ணவேணியைப் பொதுமக்கள் முன்பு கேவலமாகப் பேசி, கூட்டத்தைக் குலைத்து, தனது அடியாட்களைக் கொண்டு மீரான் கனி என்னும் சாதி முஸ்லீம் அவரைப் பலமாகத் தாக்கி இருக்கிறான். அக்காயங்களுக்காக, திருநெல்வேலி மருத்துவக் கல்லூரி மருத்துவமனையில் ஏறத்தாழ ஒரு வாரம் உள்நோயாளி யாகத் தங்கி சிகிச்சை பெற்றுத் திரும்பியிருக்கிறார். பொது இடத்தில் தாழ்த்தப்பட்ட வகுப்பைச் சேர்ந்த பெண் பஞ்சாயத்துத் தலைவரைத் தாக்கியவர்களைக் கைது செய்யக் கோரி அருந்ததியர் அமைப்புகள் மாவட்ட ஆட்சித் தலைவர் அலுவலகத்தை முற்றுகை யிட்ட போது, தாக்கியவருக்கு ஆதரவாக ஏறத்தாழ இருநூறு முஸ்லீம்களைத் திரட்டி அவர்களும் மாவட்ட ஆட்சித் தலைவர் அலுவலகத்தில் முற்றுகைப் போராட்டம் நடத்தியிருக்கிறார்கள்.

அப்போராட்டத்தை முன்னெடுத்தது தவ்ஹித் ஜமாத்தின் தாழையூத்து நகரப் பொறுப்பாளர் பதவி வகிக்கும் நேஷனல் சாகுல் என்பவராவார். அவரைத் தவிரவும் மனிதநேய மக்கள் கட்சியைச் சேர்ந்த ராஜா முகமது என்பவரும் அப்போராட்டத்தில் பங்கேற்றார் என்று தோழர்கள் குறிப்பிடுகின்றனர். ஒரு பெண்ணைப் பொது இடத்தில் சாதியைச் சொல்லி இழிவுபடுத்தித் தாக்குதல் நடத்தும் சாதீய குண்டர்களுக்கும், பெண்கள் முன் அம்மணமாக நின்று ஆடும் காமுகர்களுக்கும் ஆதரவாக இஸ்லாமிய அமைப்புகள் அதுவும் ஒடுக்கப்

படுவோருக்கு ஆதரவானவை என்று சொல்லப்படுகிற அமைப்புகள் எவ்வாறு களம் இறங்கின என்பது அவர்களுக்கே வெளிச்சம். இவ்விஷயத்தில் தங்களது நிலை என்ன என்பதை அவ்வமைப்புகள் வெளிப்படுத்த வேண்டும். மேற்கண்ட நிகழ்வில் தங்களது அமைப்பினரின் பங்கேற்பின் நியாயம் இன்னது என்பதையும் அவர்கள் தெரியப்படுத்த வேண்டும். இஸ்லாமியர்கள் இன்றைய இந்தியாவில் எதிர்கொள்ளும் ஒடுக்குமுறையை முன்னிட்டு நாம் தெரிவிக்கும் ஆதரவு இத்தகைய சாதி வெறியர் களுக்குச் சாதகமாய்ப் போவதை அனுமதிக்க முடியாது என்பதில் இருந்துதான் நமது கேள்விகள் எழும்புகின்றன என்பதை நியாய உணர்வுள்ள தோழர்கள் புரிந்து கொள்ள வேண்டும்.

இவ்வாறு தொடர்ச்சியாக அவர் மீது தாக்குதல்களும், அவமதிப்புகளும், இடையூறுகளும் கட்டவிழ்த்து விடப்பட்டுக் கொண்டிருந்த போது, அரசு நிர்வாகத்தினர் இவற்றை எவ்வாறு எதிர் கொண்டார்கள் என்பதுதான் மிகக் கொடுமையானது. அது வரையிலான அந்த நான்கு ஆண்டு காலத்தில் தோழர் கிருஷ்ண வேணி நீதி வேண்டி மாவட்ட ஆட்சித்தலைவரை 10 முறையும், காவல்துறை கண்காணிப்பாளரை 5 முறையும் வட்டார வளர்ச்சி அலுவலரை இரு முறையும் சந்தித்து முறையிட்டுள்ளார். அவரது நீதிக்கான போராட்டத்தின் பலனாக அவர் பெற்றவை தொடர்ச்சியான அவமதிப்புகள் மட்டுமே. கூடுதலாக, அவருக்கு உதவியாய், அனுசரணையாய் இருந்த அவரது கணவர் தி. பொய்யாமணி அதே கும்பல் கிளப்பிவிட்ட பொய்ப்புகாரின் அடிப்படையில் பணி இடமாற்றம் செய்யப்பட்டார். பாதிக்கப் பட்டவர் புகார் அளித்தால் நிர்வாகத்தின் பெருத்த குண்டி ஒரு சிறிதும் அசைய மாட்டேன் என்கிறது. பாவப்பட்டவர்களுக்கு எதிராக என்றால் மட்டும் எவ்வளவு வேகம்? அதோடு முடிந்ததா? மாவட்ட ஆட்சியர் ஒருவர் ஒரு முறை சட்டவிதி 205 இன் கீழ் தமக்கிருக்கும் அதிகாரத்தைப் பயன்படுத்தி தோழர் கிருஷ்ண வேணியின் பதவியையே டிஸ்மிஸ் செய்து விடுவேன் என மிரட்டி இருக்கிறார். சத்திய மேவ ஜெயதே!

தோழர் கிருஷ்ணவேணி விஷயத்தில் மட்டும் என்றில்லை. திருநெல்வேலி மாவட்டத்தில் ஏற்கனவே பஞ்சாயத்துத் தலைவர் களாக இருந்த நக்கலமுத்தன்பட்டி ஜக்கன், மருதன் கிணறு மூ. சேர்வாரன் ஆகியோர் தமக்குப் பாதுகாப்பு வேண்டி

காவல் துறையை அணுகிய போதும், இத்தகைய அலட்சிய மனப் பான்மையுடனேயே, 'சக்கிலியப் பயல்கள் எப்படியும் சாகட்டும்' என்று இருந்திருக்கிறார்கள். நக்கலமுத்தன்பட்டி பஞ்சாயத்துத் தலைவர் ஜக்கனை அப்பஞ்சாயத்தின் துணைத் தலைவர் ரெஜினா மேரியின் கணவர் திருப்பதி ராஜாவாலும், மருதன் கிணறு பஞ்சாயத்துத் தலைவர் சேர்வாரன் அப் பஞ்சாயத்தின் துணைத் தலைவர் சுமதியின் கணவர் நீல் ராஜ ரத்தினத்தாலும் அடித்துக் கொலை செய்யப்பட்டனர். காவல் துறையினரின் புலன்விசாரண குற்றவாளிகளுக்குச் சாதகமாகவே நடந்தது. தற்போது அவ் வழக்குகள் குற்றஞ்சாட்டப்பட்டவர் களுக்குச் சாதகமாகவே முடிந்துவிட்டன. இவ்வாறு வழக்குகள் குற்றஞ்சாட்டப்பட்டவர்களுக்குச் சாதகமாய் முடிய அவ் வழக்குகளின் புலனாய்வு அதிகாரியாய் இருந்த நாய்க்கர் சாதியைச் சேர்ந்த திரு. பாலகிருஷ்ணன் என்பவரது பங்கு பெரிதாய் இருந்தது. திருப்பதி ராஜா என்பவர் பாலகிருஷ்ணனின் சாதியைச் சேர்ந்தவர். வைகோவின் உறவினர். நீல்ராஜரத்தினம் என்பவரது வீட்டில்தான் இவர் குடியே இருந்திருக்கிறார். எனவே கட்டுரையின் ஆரம்பத்திலுள்ள மேற்கோளில் பேராசான் அம்பேத்கர் சொன்னது மாதிரி வேண்டியவற்றைச் செய்து வழக்கிற்கு மங்களம் பாடிவிட்டார். இவருக்குத் துணையாய் தோழர் கிருஷ்ணவேணி வழக்கில் புலனாய்வு ஆய்வாளராக இருந்தவர் திரு. பால்துரை என்பவர் ஆவார். இவர் நாடார் சாதியைச் சேர்ந்தவர். தோழர் கிருஷ்ணவேணி மீது சாதி சார்ந்து பகைமை காட்டியவர். அந்த வழக்கில் கைதான கூலிப்படையினர் இவரது சாதியைச் சேர்ந்தவர்கள். வழக்கின் தலைவிதி என்னாகுமோ கடவுளுக்குத்தான் வெளிச்சம்.

இந்தச் சாதியச் சமூகம் தனது எல்லா உறுப்புகளைக் கொண்டும் தாழ்த்தப்பட்டவர் மீது நிகழ்த்துகிற வன்முறைதான் இந்தியாவின் சமகால வாழ்க்கையாய் இருக்கிறது என்பதன் நேரடி நிரூபணம்தான் தோழர் கிருஷ்ணவேணியின் வழக்கு. தான் ஆக்கிரமிப்பு செய்துள்ள புறம்போக்கு நிலத்தில் பொது மக்களுக்கான கழிப்பறை கட்ட ஒரு சக்கிலியப் பொம்பளை நினைக்கிறதே! அதன் திமிரை அடக்கியே ஆக வேண்டும் என்ற காரணத்துக்காக மாத்திரம் எட்டு பேர் சேர்ந்து தோழர் கிருஷ்ணவேணியை பதினேழு இடங்களில் வெட்டினார்கள் என்று இந்நிகழ்வை மேலோட்டமாகப் பார்க்க முடியாது. குற்றஞ்சாட்டப் பட்டவர்களின் சாதிப் பின்புலங்களைப்

பார்த்தாலே கூட நமக்கு இதில் ஒரு சாதிமான்களின் அணிச் சேர்க்கை இருப்பது தெரிந்து விடும். கோனார் சாதியினர் 4 பேர், நாடார் 3 பேர், இஸ்லாமியர் 2 பேர். பரவாயில்லை! தமிழகத்தில் சாதீய வன்கொடுமை புரிவதில் சமூக நல்லிணக்கமும், மத நல்லிணக்கமும் ஒருங்கிணைப்பும் செம்மையாகப் பேணப் படுகிறது.

இவர்கள் இவ்வாறு நல்லிணக்கம் பேணி ஒரு நேர்மையான பெண்ணை, தனது மாதாந்திர உபாதையினால் நடக்கக் கூட முடியாமல், தலைசுற்றிவிழுந்து விடக் கூடாது என்பதற்காக ஆட்டோவில் வந்த போது கூட்டு சேர்ந்து வெட்டியிருக் கிறார்கள். தலை, காது, கழுத்து, வலது தோள்பட்டை, இடது தோள் பட்டை, வலது முன்கை, இடது முன்கை, வலது முழங்கை, இடது முழங்கை, வலது தொடை, இடது தொடை, வலது முழங்கால், இடது முழங்கால் என 13 இடங்களில் 17 முறை வெட்டியுள்ளனர். வீராதி வீரர்கள்தான். நான் இந்த கட்டுரையை எழுதுகிற இந்நேரம் குற்றவாளிகள் அவ்வளவு பேரும் பிணையில் வந்து சுதந்திரமாக நடமாடிக் கொண்டிருக்கிறார்கள். ஊர் மக்களின் கோரிக்கையை ஊராட்சி மன்றத் தலைவராக இருந்து நிறைவேற்ற முனைந்த காரணத்துக்காக கூலிப்படையையும் சேர்த்துக் கொண்டு ஒருமுறை இருமுறையல்ல 17 தடவைகள் வெட்டிய கொடூரர்கள் இதே மண்ணில்தான் எல்லாரையும் போல சௌகரியமாக நடமாடிக் கொண்டிருக்கிறார்கள். முன்பின் தெரியாத, முன் விரோதம் ஏதும் இல்லாத ஒரு பெண்மணியை, இரு பெண் குழந்தைகளின் தாயை, அற்பக் கூலிக்காக வெட்டிக் கொலை செய்யத் துணிகிறவர்களும் ஏதும் நடக்காதது போல வெட்கமும் விவஸ்தையும் இன்றி நடமாடிக் கொண்டிருக் கிறார்கள். இவ்வளவும் நடக்க உடந்தையாய் இருந்தவனும், எல்லாவற்றையும் தொடக்கி வைத்தவனுமாகிய மீரான் கனி, தோழர் கிருஷ்ணவேணி நடமாட முடியாத நிலையில் மருத்துவமனையில் இருப்பதால், ஊராட்சி மன்றப் பணிகளை பொறுப்புத் தலைவர் என்கிற முறையில் தான் நடத்த அனுமதிக்க வேண்டும் எனக் கோரி இருக்கிறார். ஏற்கனவே நக்கலமுத்தன்பட்டி ஜக்கனைக் கொன்றவர்கள் மருதன்கிணறு சேர்வாரனைக் கொன்றவர்கள், ஒரு பாதிப்புமின்றி இன்னமும் அவரவர் ஊர்களில் அதிகாரம் பண்ணிக் கொண்டும், அரட்டி உருட்டிக் கொண்டும் இருக்கிறார்கள்.

அவர்களைத் தப்பிக்க விட்டுக் கையாள் வேலை பார்த்த போலீஸ் காரர்கள் இப்போதும் அதே கோதாவில் திரிந்து கொண்டிருக் கிறார்கள். பேராசிரியர் தொ. பரமசிவன் தலைமையிலான உண்மையறியும் குழுவினரிடம் நாயக்கர் சாதியைச் சேர்ந்தவரும், ஏற்கனவே குறிப்பிட்ட இரு கொலைகளிலும் குற்றவாளிகள் தப்ப மூலகாரணமாக இருந்தவருமான பாலகிருஷ்ணன் என்கிற துணை கண்காணிப்பாளர் விஸ்தாரமாக அளித்த விளக்கத்தைக் கவனியுங்கள்

"பஞ்சாயத்துத் தலைவரான கிருஷ்ணவேணியைப் பொறுத்தவரை எதையும் உடனே செய்து முடிக்க வேண்டும் என்ற வைராக்கியம் உடையவர். மாவட்ட ஆட்சித் தலைவர் அல்லது வட்டாட்சியர் ஆகியோரிடம் கூட விவாதிக்கும் போது கூட தான் நினைத்த பணியை உடனே செயல்படுத்த வேண்டும் என்பதில் ஆணித்தரமாக இருப்பார். இவ்வாறு நெறிவு, சுளிவு இல்லாமல் இருந்ததாலேயே நாடார், யாதவர், முஸ்லீம் மற்றும் அவருடைய சமூகமான அருந்ததியர் சமூகத்தினருடனும் அவருக்குப் பகை ஏற்பட்டுள்ளது. அதன் காரணமாகவே பல சமூகத்தவர்களும் ஒருங்கிணைந்து இப்படுகொலை தாக்குதலில் ஈடுபட்டுள்ளனர்."

காக்கிச் சட்டைக்குள் ஒளிந்திருக்கும் இந்த நாயக்கருக்கு எவ்வளவு இளக்காரம். இதே நபரின் கொலையாளிக்கு ஆதரவான போக்கை மருதன்கிணறிலும், நக்கலமுத்தன் பட்டியிலும் நாங்கள் (எழுத்தாளர் ஸ்ரீதர கணேசன், கவிஞர் தேவதேவன், எழுத்தாளர் குமரன்தாஸ், பதிப்பாளர் லேனா குமார் மற்றும் நான்) உண்மையறியும் குழுவாக மார்ச் 24, 2007 இல் போன போது நேரடியாக அக் கிராம மக்களிடம் இருந்தே கேட்டுத் தெரிந்து கொண்டோம். போதாக்குறைக்கு கொலைக் குற்றஞ்சாட்டப் பட்டவரான நீல் ராஜரத்தினமே

"டி.எஸ்.பி. ஆபீசுக்கு எதிரதோன் எங்க வீடு இருக்கு. அதனாலே டி.எஸ்.பி. எனக்கு உதவியா இருந்தாரு. அம்பது நாளுல ஒண்ணும் பிரச்சனை இல்லன்னா கேசை மூடிடுவாங்க. கேசுல இருந்து ஈசியா வெளிய வந்துடுவேன்"

என்று எங்களிடம் குறிப்பிட்டார். அந்தக் குறிப்பிட்ட உண்மையறி யும் குழுவின் அறிக்கை தலித் முரசு, மண்மொழி உள்ளிட்ட பல்வேறு இதழ்களிலும் வெளிவந்தது. அதே நபர்

இப்போது கொஞ்சம் கூட அசராமல் அதே சாதித் திமிரோடு செயல்படுகிறார். வாழ்க ஜனநாயகம்.

தோழர் கிருஷ்ணவேணி வழக்கில் மேற்படி நபருக்குக் கீழே புலனாய்வில் ஈடுபட்ட மற்றொருவரான துணை ஆய்வாளர் பால்துரை என்பவரது லட்சணத்தை பேராசிரியர் தொ. பரமசிவன் தலைமையிலான உண்மை அறியும் குழுவிடம் வெட்டுப்பட்ட தோழர் கிருஷ்ணவேணியே கீழ்க்கண்டவாறு தெரிவிக்கிறார்.

> "பால்துரை இன்ஸ்பெக்டர் எந்தப் புகார் கொடுத்தாலும் நடவடிக்கை எடுக்க மாட்டார். ஆனால் மற்றவர்கள் (எதிர் தரப்பினர்) கூப்பிட்டால் உடனே வருவார். குடியரசு தினம் அன்னிக்கு கொடியேத்திட்டு கிராம சபைக் கூட்டம் நடத்த ஏற்பாடு செய்து கொண்டு இருந்த போது துணைத்தலைவர் (மீரான் கனி) அவருடைய பினாமி ஆள் மூலம் இடது கையைப் பின்னால திருப்பி முறுக்கி ஓடச்சுவிட்டார். பால்துரை இன்ஸ்பெக்டருக்குத்தான் போன் பண்ணினோம். வரவே இல்லை."

இது மட்டுமல்லாமல் தோழர் கிருஷ்ணவேணி காவல் நிலையத்தில் புகார் அளிக்கச் சென்றால் எந்த ஒத்துழைப்பும் அளிக்க மறுப்ப தோடு, அவரை அவமானப்படுத்தித் திருப்பி அனுப்பிய பிறகு

> "இந்தச் சக்கிலிச்சி திமிர அடக்காம விடமாட்டேன். எப்படி இருந்தாலும் எங்கிட்ட வராமப் போக முடியாது"

என அங்கு இருந்தவர்களிடம் கறுவிய தயாள உள்ளமும் தொண்டுள்ளமும் தூய நடத்தையும் உடையவர் அன்னார். இவர்தான் இந்தப் படுகொலை முயற்சி வழக்கைப் பதிவு செய்தவர். சாதி அடிப்படையில் தன்னிடமிருந்த துவேஷத்தை மனதில் கொண்டு குற்றவாளிகள் மீது வன்கொடுமை தடுப்புச் சட்டப்பிரிவின் கீழ் வழக்கு பதியாமல் சாதாரண பிரிவுகளில் வழக்கு பதிவு செய்துள்ளார். அதோடு தோழர் கிருஷ்ணவேணி அளித்த மற்றொரு வாக்கு மூலத்தில் தன்னைப் பின் தொடர்ந்து கொலையாளிகள் வந்த போது அவர்கள் பால்துரையைப் பார்க்கத்தான் போகிறார்களோ என்னவோ என்று நினைத்தேன் எனக் குறிப்பிடுகிறார். அந்தளவுக்கு குற்றவாளிகளுடன் கூட்டாளியாய் கூடிக் குலாவியவர். மேலும் இப்படுகொலை தாக்குதலில் ஈடுபடுவதற்கு கூலிப்படையாய் வந்தவர்கள்

மேற்படி பால்துரையின் சாதியைச் சேர்ந்தவர்கள். எனவே எப்படிப் பார்த்தாலும் மேற்படி நபர் அவ்வழக்கில் விசாரணை நடத்தும் அதிகாரியாக அல்லாமல் விசாரிக்கப்பட வேண்டிய குற்றவாளிகளின் கூட்டாளியாகவே இருக்கிறார் என்பது தெரிய வரும். தற்போது இவர் தாழையூத்துக்கு மிக அருகில் இருக்கும் சங்கரன் கோவில் காவல் நிலையத்துக்கு மாறுதல் செய்யப்பட்டு அங்கு போய் இத்தகைய வன்கொடுமைகளைச் செய்வதற்கு அரசால் அனுப்பி வைக்கப்பட்டிருக்கிறார்.

இக்கட்டுரையின் ஆரம்பத்தில் அளிக்கப்பட்டிருக்கும் பேராசான் அம்பேத்கருடைய மேற்கோளில் அவர் மிகத் துல்லியமாகக் குறிப்பிடுவது என்னவெனில் இப்போது இருக்கும் நீதித்துறையும், காவல் துறையும், ஆதிக்கச் சாதியினரின் ஏவல் நாய்களாகவே செயல்பட்டுக் கொண்டிருக் கின்றன என்பதைத்தான். இருந்தபோதும் சனநாயகத்தை விரும்புபவர்கள் என்கிற விதத்தில் அருந்ததியர்கள் அமைதியான முறையிலேயே எதிர்ப்புகளைத் தெரிவித்துக் கொண்டிருக் கிறார்கள். ஆனால் ஒடுக்குமுறையும், சனநாயகமும் ஒரே இடத்தில் அருகருகே இருக்க முடியாது. அரசும் சமூகமும் எதை விரும்புகின்றன? ஒடுக்குமுறையையா? சனநாயகத்தையா? அவர்கள் எதைத் தேர்ந்தெடுக்கிறார்களோ அதைத்தான் ஒடுக்கு முறைக்குள்ளாகிற சமூகமும் கையில் ஏந்தி நிற்க வேண்டியிருக்கும்.

அரசும் சமூகமும் சனநாயகத்தை விரும்புகின்றன எனில், அநீதி இழைக்கப்பட்டவர்களுக்கு நீதி வழங்கப்பட வேண்டும். குற்றவாளி கள் உரிய முறையில் தண்டிக்கப்பட வேண்டும். காவல்துறையிலும், அதிகார வர்க்கத்திலும் குற்றவாளிகளுக்கு உடந்தையாய் துணை போனவர்கள் கைது செய்யப்பட்டு அவர்கள் மீது கிரிமினல் நடவடிக்கை எடுக்கப்பட வேண்டும்.

தோழர் கிருஷ்ணவேணி மீது நிகழ்த்தப்பட்ட தாக்குதலே கடைசியாய் இருக்க வேண்டும். அவ்வாறு அது கடைசியாக இருக்க வேண்டும் எனில், தாழ்த்தப்பட்ட பஞ்சாயத்துத் தலைவர்களுக்கு அரசு ஆயுதம் அளிக்க வேண்டும். இவ்வாறான வன்கொடுமையில் ஈடுபடும் சாதியினருக்கு அந்தந்த பகுதியளவில் கூட்டு அபராதங்கள்

விதிக்கப்பட வேண்டும். அவர்களுக்கு இட ஒதுக்கீட்டுப் பலன்கள் ரத்து செய்யப்பட வேண்டும். இப்பரிந்துரைகள் எல்லாம் திரு. திக்விஜய் சிங் மத்தியப் பிரதேச மாநில முதல்வராக இருந்த போது, அம்மாநிலத் தலைநகரான போபாலில், அவரது முன்முயற்சியில், இந்தியா முழுவதிலு முள்ள தலித் அறிவுஜீவிகளைக் கூட்டி, அவர்கள் விவாதித்து வெளியிட்ட போபால் பிரகடனத்தில் இடம் பெற்றவை. இப்பரிந்துரைகளை நடைமுறைப்படுத்துவதோடு, தாழ்த்தப் பட்ட சாதியினர் ஊராட்சி மன்றத் தலைவராய் இருக்கும் பஞ்சாயத்துகளில் துணைத்தலைவர் பதவியும் தாழ்த்தப்பட்டவர் களுக்கே அளிக்க வகைசெய்யும் விதத்தில் அரசு சட்டம் இயற்ற வேண்டும்.

இவற்றை எல்லாம் அரசு உடனே நடைமுறைப்படுத்த ஆவன செய்ய வேண்டும். அதை அரசு செய்யத் தேவையான நெருக்கடியை அருந்ததிய மக்களும், பிற தாழ்த்தப்பட்ட மக்களும், மற்ற சனநாயக சக்திகளும் அளிக்க வேண்டும்.

வெள்ளைக் குதிரை.
அக்.-நவ. 2011